சர்க்கரை நோய் : சமாளபபது எபபடி:

சர்க்கரை நோய் :
சமாளிப்பது எப்படி?

டாக்டர் எம். மருதுபாண்டியன்

எழுத்து வடிவம் : அய். ஜெயச்சந்திரன்

நலம்

சர்க்கரை நோய் : சமாளிப்பது எப்படி?
Sarkkarai Noi : Samaalippathu Eppadi?
Dr. M. Marudhupandian ©
Tamil Text : I. Jayachandran

First Edition: August 2007
200 Pages
Printed in India.

ISBN: 978-81-8368-430-9
Title No. Nalam 027

Nalam Veliyeedu
177/103, First Floor,
Ambal's Building, Lloyds Road,
Royapettah, Chennai 600 014.
Ph: +91-44-4200-9603

Email : support@nhm.in
Website : www.nhm.in

Illustrations : Pillai

Cover Photograph: © Galina Barskaya / Shutterstock

Nalam Veliyeedu is an imprint of New Horizon Media Private Limited

சமர்ப்பணம்

அப்பா பொன். முத்துராமலிங்கத்துக்கும்
அம்மா மல்லிகாவுக்கும்.

உள்ளே

முன்னுரை

மக்கள் சேவையில் முதல் படி...

கடந்து இரு நூற்றாண்டுகளாக மனித இனத்தை மிரட்டி குலைநடுங்கச் செய்த குறிப்பிடத்தக்க நோய்களில் பெரிய அம்மை, காசநோய் பிரதானமானவை. பெரிய அம்மை அறவே ஒழிக்கப்பட்டது. காசநோய்க்கு முழுமையான சிகிச்சை வந்துவிட்டது. ஆனால், நோய்கள் வடிவில் மருத்துவ உலகத்துக்கும் மனித இனத்துக்கும் புதிய புதிய சவால்கள் தொடர்ந்து வந்துகொண்டிருக்கின்றன.

உயிரைக் கொல்லும் நோய் வரிசையில் இந்த நூற்றாண்டின் லேட்டஸ்ட் வரவு எய்ட்ஸ். இதுதவிர கேன்சர். அந்த வகையில் சர்க்கரை நோய் உயிர்க்கொல்லி இல்லை. இருந்தாலும் நீண்டநாள் பாதிக்கப்பட்ட சர்க்கரை நோயாளிகளுக்கு ஏற்படும் உடல் உபாதைகள் கொஞ்சம் கொடுமையானவை தான். பார்வை பறிபோகலாம்; சிறுநீரகம் செயல் இழக்கும்; நரம்புத் தளர்ச்சி மற்றும் ஆண்மைக் குறைவு; இதயம் பழுதடைந்து மாரடைப்பு வரலாம்; ரத்தக் கொதிப்பு ஏற்பட்டு மூளை பாதிக்கலாம்; புண்கள் ஆறாது; கால்கள் அழுகி துண்டிக்கப்படலாம்.

ரத்தத்தில் சர்க்கரையை நீண்ட நாள்களாகக் கட்டுக்குள் வைக்காத நோயாளிகளுக்கு மேற்கண்ட பாதிப்புகள் எல்லாம் நிச்சயம் வரும். அப்படியொரு நிலைமை ஏற்பட்டால் எதற்காக வாழ வேண்டும் என்ற விரக்தி ஏற்பட்டுவிடும். இந்த நோய்களைக் குணப்படுத்த இந்த மைக்ரோ நொடி வரை மருந்துகள் கண்டுபிடிக்கப்படவில்லை. இதனால்,

நித்தம் நித்தம் பலியாகும் உயிர்கள்தான் எத்தனை எத்தனை?

இங்கே குறிப்பிடத்தக்க விஷயம் என்னவென்றால், மேற் கூறிய மோசமான நோய்களில் எய்ட்ஸ் தவிர, மற்றவை எல்லாம் மனிதனாக விரும்பி ஏற்றுக்கொண்டவை அல்ல. ஏதோ ஒரு காரணத்தினால் இயற்கையாகவே உண்டானவை; சர்க்கரைநோய் உள்பட, இதில் நோயாளிகள் நினைத்தால் தடுக்கவும், தவிர்க்கவும் வாய்ப்புள்ள ஒரு நோய், சர்க்கரை நோய். ஆனால், அது வந்துவிட்டாலோ குணப்படுத்த முடியாது. கொடுமையான விளைவுகளை ஏற்படுத்தக்கூடிய ஒரு நோயைத் தடுக்கவும், தவிர்க்கவும் முடியும் என்றால், இன்னும் எதற்காகக் காத்துக்கொண்டிருக்க வேண்டும் என்ற எண்ணம் என் மனத்தை அரித்துக்கொண்டே இருந்தது.

சர்க்கரை நோயைப் பற்றிய முழுமையான அறிவையும், அதைக் கட்டுக்குள் வைக்கத் தேவையான தகவல்களையும் ஒருவர் அறிந்துகொண்டால் எனது எண்ணம் சாத்தியமாகும்.

இந்த விழிப்புணர்வை மக்கள் மத்தியில் எப்படி ஏற்படுத் துவது என்று ஏங்கிக்கொண்டிருந்தபோது, ‘நலம் வெளியீடு’ அறிமுகம் கிடைத்தது. வியாபாரம் மட்டுமே நோக்கமல்ல என்று செயல்படும் கிழக்கு பதிப்பகத்தின் மற்றொரு பிரிவு இது. உற்சாகமாகக் கைகோத்துக் கொண்டோம். மக்கள் சேவையை நோக்கி நாங்கள் எடுத்துவைத்த முதல் அடி இந்தப் புத்தகம். எங்கள் பயணம் இனிதாகத் தொடர வாசகர்களாகிய உங்கள் ஆதரவு என்றும் தேவை.

அன்புடன்,

டாக்டர் எம். மருதுபாண்டியன்,

பொன்மல்லிகை மருத்துவமனை,

50/43, மேட்டுப்பாளையம் லிங்க் ரோடு,

மடுவங்கரை, கிண்டி,

சென்னை - 600 032.

போன் : 044 - 2255 2760, 3291 2953

பாகம் - ஒன்று

- சர்க்கரை நோய் - அறிமுகம்
- நோய் விழிப்புணர்வு
- யாருக்கு வரும்?
- நோயின் தன்மை, வகைகள்
- அறிகுறிகள்
- பரிசோதனைகள்

சர்க்கரை கசக்கற சர்க்கரை

1

'உங்களுக்கு டயாபடீஸ் இல்லை ரவி'.

நான் இப்படிச் சொன்னதும் ரவியின் மனசுக்குள் 'டக் டக்'கென்று பல்வேறு காட்சிகள் ஓடியதை அவரது கண்கள் பளிச்சிட்டன. கலவையான உணர்ச்சிப் பெருக்கு.

அவரையும் அறியாமல் எழுந்து நின்று, 'அப்பாடி' என்று வாய்விட்டுச் சத்த மாகவே சொல்லிவிட்டார். அடக்க முடியாத சந்தோஷம். கண்ணில் நீர் வழிந்தது. அருகில் இருந்த அவரது மனைவி சாந்தி கொஞ்சம் நக்கலாகவே ரவியைப் பார்த்துச் சிரித்தார். சாந்தியின் பார்வையில் ஆயிரம் அர்த்தங்கள் இருந் தாலும், 'இனியாவது கொஞ்சம் அடங்கு' என்பதுமட்டும் சற்று அழுத்தமாகவே தெரிந்தது.

அதையே நானும் அவருக்கு வேறுவித மாகச் சொன்னேன்.

‘ரவி இனிமேல் நீங்கள் கொஞ்சம் கவனமாக இருக்க வேண்டும். புகை, மதுவை அடியோடு கைவிடுங்கள். உங்களுக்கு (காலையில் சாப்பிடுவதற்கு முன்பு வெறும் வயிற்றில் எடுக்கப்பட்ட) ஃபாஸ்டிங் ஷுகர் (Fasting Sugar) அளவு 109 மி.கி. சதவீதமும், (சாப்பிட்டு ஒன்றரை மணி நேரம் கழித்து எடுக்கப்பட்ட) போஸ்ட் பிராண்டியல் (Post Brandial) அளவு 155 மி.கி. சதவீதமும் இருக்கிறது. சர்க்கரை நோய் இருக்கிறது என்று சொல்ல முடியாது. ஆனால், விரைவில் வரும் வாய்ப்பு உள்ளது. அபாய விளிம்பில் இருக்கிறீர்கள்.’

இதைக் கேட்டதும் ரவி, சாந்தியின் முகத்தில் கவலை ரேகை. ரவிக்கு வயது முப்பத்தைந்துதான் ஆகிறது. ஆனால், ஓவர் வெயிட். சமீபகாலமாக அதிக தாகம், சோர்வு, அடிக்கடி சிறுநீர் கழித்தல் போன்ற அறிகுறிகளைக் கண்டதும் மனிதருக்குப் பயம் வந்துவிட்டது.

எங்கே தனக்கும் சர்க்கரை நோய் வந்துவிடுமோ என்று முன்னெச்சரிக்கையாகப் பரிசோதனைக்கு வந்துவிட்டார். இப்போதைக்கு எல்லாம் ஓகே. ஆனால், உணவுக்கட்டுப் பாடு, எடைக் குறைப்பு, உடற்பயிற்சி ஆகியவற்றை மேற்கொள்ளாவிட்டால், வெகு விரைவில் அவரும் ஒரு நோயாளி. இதில் எந்த மாற்றமும் இருக்காது.

சுதாரித்துக்கொண்டு நான் சொன்ன சொல்லை வேதவாக்காக கருதி அவர் செயல்பட்டால், எதிர்வரும் சர்க்கரை நோயைத் தடுக்க முடியாவிட்டாலும் பல ஆண்டுகளுக்கு நிச்சயம் தள்ளிப்போடலாம். இந்த உறுதியுடன்தான் கணவனும் மனைவியும் கிளம்பிச் சென்றனர்.

‘ஹலோ டாக்டர் சார்’ இது கொஞ்சம் ஓவர் பில்டப். டயாபடீஸ் இல்லைன்னு சொன்னதற்காக யாராவது இப்படி ரியாக்ஷன் காட்டுவாங்களா? இது என்ன எய்ட்ஸ், கேன்சர் மாதிரி உயிரைக் கொல்ற சமாசாரமா?’

- அப்படிண்ணுதானே நினைக்கிறீங்க? உங்கள் கேள்வியில் ஓரளவுதான் நியாயம் இருக்கிறது.

விளக்கமாகச் சொல்கிறேன். தொடர்ந்து படியுங்கள் புரியும்.

ரவியின் பரம்பரையில் சர்க்கரை நோய் தொடர்ந்து இருந்துள்ளது. சர்க்கரை நோயால் அவரது பெற்றோர், உறவினர்கள் பட்ட சிரமங்களையும், உடல் உபாதைகளையும் நன்கு அறிவார். கட்டுப்படாத சர்க்கரை நோயால் ரவியின் அத்தைக்கு வெகு சீக்கிரமே கண் பார்வை பறிபோனது. கவனிக்கப்படாத அவரது கால் புண் அழுகி முழங்கால் வரைத் துண்டிக்க வேண்டிய சோகமும் ஏற்பட்டது. இது போன்ற பல கசப்பான அனுபவங்கள்தான் இப்போது அவரை சுதாரிக்கச் செய்தன.

இந்தப் புத்தகத்தைப் படித்துக் கொண்டிருப்பவர் ஓர் ஆசியர்; குறிப்பாக இந்தியர்; இன்னும் குறிப்பாக ஒரு தமிழர் என்ற பட்சத்தில், நீங்களும் நாளைய சர்க்கரை நோயாளிகளில் ஒருவராக இருக்கலாம்; முன்னரே சுதாரித்துக்கொள்ளாத பட்சத்தில்.

இது பயமுறுத்தல் இல்லை.

பரம்பரை பரம்பரையாக அரிசி, கோதுமை, கிழங்கு வகை உணவுகளையே ஆசிய கண்டத்தைச் சேர்ந்த மக்கள் சார்ந்து வாழ்ந்து வருகின்றனர். இந்த உணவுகளில் கார்போஹைட்ரேட் சத்து அதிகமாக உள்ளது.

கார்போஹைட்ரேட்டில் அதிக சக்தி இருப்பதாலும் எளிதாக ஜீரணமாவதாலும் உடலில் ரத்த சர்க்கரை அளவு குறுகிய நேரத்திலேயே கணிசமாக உயர்ந்துவிடுகிறது. கடுமையான உடல் உழைப்பு இல்லாதபட்சத்தில், சர்க்கரைச் சத்து அதிகமாகி சர்க்கரை நோய் உண்டாகிறது.

மேலை நாடுகளிலோ புரதச்சத்து அதிகம் நிறைந்த உணவுகளை மக்கள் அதிகம் சாப்பிடுகின்றனர். இதனால், சர்க்கரை நோய் ஏற்படும் வாய்ப்பு சற்று குறைவு. மேலைநாட்டினர் மத்தியில் இப்போது வளர்ந்துவரும் தொழிநுட்ப வசதி காரணமாக உடல் உழைப்பு குறைந்துவிட்டது.

இயல்பிலேயே பெரிய எலும்புகள் படைத்த அவர்களுக்கு ஓய்வு அதிகமாகக் கிடைப்பதால் சராசரி உடல் பருமன் அதிகரித்து வருகிறது. சர்க்கரை நோய் ஏற்படுவதற்கு முக்கிய காரணங்களில் அதிக உடல் எடையும் ஒன்று.

டயாபடீஸ் மெலிடஸ். இது, சர்க்கரை நோயின் மருத்துவப் பெயர். சர்க்கரை நோய் - நீரிழிவு - மதுமேகம் - இனிப்பு நோய் இப்படிப் பல பெயர்களால் அழைக்கப்படுகிறது, டயாபடீஸ் மெலிடஸ்.

பணக்காரர்களுக்கு மட்டுமே வரக்கூடிய ஒரு காஸ்ட்லியான நோயா இது? இப்படித்தான் நம் நாட்டில் ஒரு காலத்தில் பெரும்பாலான பாமர மக்கள் நம்பிக்கொண்டிருந்தனர்.

டயாபடீஸ் மெலிடஸ் என்னும் சர்க்கரை நோய் இன்றைக்கு உலக நாடுகளில் உள்ள தொற்றுநோய் அல்லாத பொது சுகாதாரச் சிக்கலாக உருவெடுத்துவிட்டது. அரசுகளுக்கு ஒரு மருத்துவச் சவாலாகவும் மாறிவிட்டது.

ஜாதி, இன, மத, நிற வேறுபாடுகளின்றி ஏழைத் தொழிலாளி முதல் பணக்கார முதலாளி வர்க்கத்தினர்வரை பாகுபாடு காட்டாமல் சர்க்கரை நோய் பாதித்து வருகிறது.

உங்களுக்குத் தெரியுமா?

இந்தியாவில் இரண்டு கோடி பேர் சர்க்கரை நோயாளிகள்.

2025-ல் இந்த எண்ணிக்கை இரண்டு மடங்காக உயர்ந்துவிடக் கூடும். தற்போது, நாற்பது வயதுக்குக் கீழ் 38 சதவீதம் பேரும், இருபத்தைந்து வயதுக்குக் கீழ் 5 சதவீதம் பேரும் இந்த நோயால் பாதிக்கப்பட்டுள்ளார்கள்.

நோயின் அறிகுறிகள் தெரியாமல் வாழ்ந்து கொண்டிருப்பவர்களின் எண்ணிக்கை மட்டும் ஏறக்குறைய 60 லட்சம் என்று மதிப்பிடப்பட்டுள்ளது. கிராமப்புற மக்களில் சுமார் மூன்று முதல் நான்கு சதவீதத்தினரும், நகர்ப்புறங்களில் பத்து முதல் பன்னிரண்டு சதவீதத்தினரும் பாதிக்கப்பட்டிருக்கிறார்கள்.

உலக சுகாதார நிறுவனத்தின் புள்ளி விவரங்களின்படி, மற்ற நாட்டினரைவிட இந்தியர்கள்தான் விரைவாக சர்க்கரை நோய்க்கு ஆளாகிறார்கள்.

உலகம் முழுவதும் சுமார் 15 கோடி பேர் சர்க்கரை நோயாளிகள். குறிப்பாக, வளரும் நாடுகளில் இந்த நோயின் பாதிப்பு பன்மடங்குவேகத்தில் பரவுகிறது.

இப்போது உள்ள நிலையைக் கணக்கில் வைத்துப் பார்த்தால், 2025-ம் ஆண்டில் சீனாவில் மூன்றே முக்கால் கோடியும், அமெரிக்காவில் இரண்டேகால் கோடி பேரும் சர்க்கரை நோயால் பாதிக்கப்பட்டிருப்பார்கள்.

இந்த நோயை விரைவாகக் கண்டறிந்து தடுக்காவிட்டால் இன்னும் இருபது ஆண்டுகளில் 5.7 கோடி பேர் சர்க்கரை நோயால் தாக்கப்பட்டிருப்பார்கள். கடந்த இருபது ஆண்டு களில்தான் சர்க்கரை வியாதியின் கடுமை மிகத் தீவிரமடைந் திருக்கிறது.

நோயாளிகளில் பாதி பேருக்கு சர்க்கரை நோய்க்கான எந்த அறிகுறிகளும் தெரிவதில்லை. இதனால், சர்க்கரை நோய் வந்திருக்கிறது என்பதை அவர்களால் இனங்காண முடிய வில்லை.

சர்க்கரை வியாதி இவ்வளவு அதிகமாகப் பரவுவதற்கு வாய்ப் பிருந்தும் பலரிடம் இன்னும் அதைப் பற்றிய விழிப்புணர்வு ஏன் ஏற்படவில்லை?

நமக்கெல்லாம் ஏன் வரப்போகிறது என்ற அலட்சியம் காரணமா?

அதிகமாக இனிப்புப் பண்டங்கள், சர்க்கரை கலந்த பதார்த் தங்களைச் சாப்பிடுபவர்களுக்குத்தான் சர்க்கரை நோய் வரும் என்றும் சிலர் நினைத்துக்கொள்கின்றனர். படித்தவர்கள் மத்தியிலும் இந்த எண்ணப்போக்கு இருப்பதுதான் வேடிக்கை.

இதுதான் அறியாமையின் வெளிப்பாடு. வேறு எந்த ஒரு நோய்க்கும் இல்லாத ஒரு தன்மை சர்க்கரை நோய்க்கு உள்ளது. இதைச் சார்ந்து பல்வேறு அதிபயங்கர விளைவு களும், நோய்களும் உண்டாகி சர்க்கரை நோயாளிகளின் உயிருக்கே உலை வைக்கும் அளவுக்கு மோசமானது இந்த நோய்.

ஆனால், ஓர் ஆறுதலான விஷயம். பிற நோய்களைப்போல் முற்றிலும் மருத்துவர்களையே நம்பியிருக்க வேண்டிய நிலை சர்க்கரை நோயாளிகளுக்கு இல்லை. என்ன ஓர் ஆச்சரியம் பார்த்தீர்களா? ஆம். இந்த விஷயத்தில்

டாக்டர்களைக் காட்டிலும் சம்பந்தப்பட்ட நோயாளியின் மனத்தில்தான் இருக்கின்றன, நோயில் இருந்து தப்பிக்க வைக்கும் சூட்சுமங்கள்.

அவை என்ன தெரியுமா?

- சர்க்கரை நோய் விழிப்புணர்வு
- நீடித்த உடற்பயிற்சி
- தீவிர உணவுக் கட்டுப்பாடு
- உரிய காலத்தில் பரிசோதனைகள்
- உடல் பருமனைத் தவிர்த்தல்

இந்த ஐந்து விஷயங்கள் மட்டும் போதுமா சர்க்கரை நோயில் இருந்து தப்பிப்பதற்கு? போதும். ஆனாலும், ஆறாவதாக ஒரு விஷயம் - மருத்துவ சிகிச்சை. குறைந்த மருந்தில் நிறைந்த பலன்கள் - இதுவே சர்க்கரை நோய்க்கான சிறப்பான சிகிச்சை. டாக்டர்கள் பரிந்துரைக்கும் இந்த சிகிச்சையை முறையாகப் பின்பற்றினால் எல்லோரையும்போல் இயல்பான வாழ்க்கையை சர்க்கரை நோயாளிகளும் வாழலாம்.

ஓகே. டாக்டர். சர்க்கரை நோய் பரவுகிறது என்று கூறினீர்கள். மற்றவர்களை விடுங்கள். எனக்கு சர்க்கரை நோய் வருமா? ஏன் அப்படி வரவேண்டும்? ஒருவேளை சர்க்கரை நோய் முன்பே வந்திருந்தால் என்ன செய்வது? அதை எப்படிக் கண்டுபிடிப்பது? என்ன மாதிரியான அறிகுறிகள் இருக்கும்? சிகிச்சை எடுத்துக்கொள்ளாவிட்டால் என்ன நடக்கும்? என்று அடுக்கடுக்காக நீங்கள் கேள்விகளை வீசுவது புரிகிறது.

அப்பப்பா... சொல்லத்தானே போகிறேன். பொறுமையாக அடுத்தடுத்த அத்தியாயங்களைப் புரட்டுங்கள். பயன் பெறுங்கள்.

இனிப்புப் பட்டியல்

2

செங்குத்தான மலை உச்சியில் இருந்தாலும், மனசுக்குப் பிடித்தவரைப் பார்த்துவிடும் ஆர்வத்தில், தம் பிடித்து ஒரே மூச்சில் பல அடி உயரத்தையும் கடந்து போய் துணைசேர்ந்து விடுவோம் இல்லையா?

அப்படித்தான் நம் உடலும்.

'இளமை கொலுவிருக்கும்; இனிமை குடியிருக்கும் - பருவத்திலே...' சத்திய மான வார்த்தைகள். ஆட்டம் முடிந்தால் தியேட்டர் காலியாகும்தானே? எனவே, நாற்பது வயதை நெருங்கிவிட்டாலே கொஞ்சம் சுதாரியுங்கள். இது இளமை முடிந்து முதுமை எட்டிப் பார்க்கும் பருவம். இளமை முறுக்குக்கு ஈடு கொடுத்துவிட்டுக் களைத்துப்போன உறுப்புகள் எல்லாம் ஓய்வுக்கு ஏங்கத் தொடங்கும் சரியான நேரம்.

நம் உடல் இயக்கங்கள் மந்தமாகும். உடம்பெல்லாம் அசதியாக இருக்கும்.

இதேநேரம்தான் சர்க்கரை நோய் உடலுக்குள் அடியெடுத்து வைக்கின்ற வாய்ப்பான நேரம். வழக்கமான உடல்மாறுதல் களைப் போன்றே சர்க்கரை நோய் அறிகுறிகள் இருப்பதால் நீங்கள் ஏமாந்து போவதற்கான சந்தர்ப்பங்கள் அதிகம். சர்க்கரை நோய் வந்திருக்கும் அறிகுறிகளை வேறுபடுத்திப் பார்க்கமுடியாத நிலை உண்டாகலாம். இந்த அவலத்தைத் தடுக்க வேண்டும் என்றால் சர்க்கரை நோய் பற்றிய விழிப் புணர்வு அவசியம் தேவை. அதைப்பற்றித் தெரிந்துகொள் வதற்கு முன்பு இந்த நோயின் அபாயத்துக்கு இயல்பிலேயே ஆளாகின்ற சில பிரிவினர் உள்ளனர். அவர்களைப் பற்றி அறிந்து கொள்ளுங்கள்.

அவர்களில் ஒருவராக நீங்கள் இருக்கின்ற வாய்ப்பு இருந் தால் உஷார்! உடனே சர்க்கரை வியாதியைக் கண்டுபிடிக்கும் பரிசோதனைகளை மேற்கொள்ளுங்கள். ஒருவேளை உங்க ளுக்குச் சர்க்கரை இல்லை என்றால், அது வரும் வாய்ப் பிருக்கிறதா என்பதையும் உறுதி செய்துகொள்ளுங்கள். இல்லாத பட்சத்தில் சந்தோஷம் என்று ஒதுங்கிவிடாதீர்கள். எந்தக் காலத்திலும் எந்தக் காரணத்தினாலும் எதிர்காலத்தில் எனக்கு சர்க்கரை நோய் வரக் கூடாது என்று சபதம் எடுத்துக் கொண்டு வாழ்க்கையை வழிநடத்துங்கள். எனவே, இனி வரும் விஷயங்கள் எல்லோருக்கும் பொதுவானவை. அவசியம் தெரிந்து வைத்துக்கொள்ள வேண்டியவை.

இனிப்புப் பட்டியல்-1

சர்க்கரை நோய் தாக்குதலுக்கு இலக்காகும் பிரிவினரைப் பொதுவாகப் பட்டியலிடுகிறேன். பாருங்கள். அவர்களுக்கு மட்டும் ஏன் இந்த நிலை என்பதை உடனே புரிந்து கொள்வீர்கள். இது முதற்கட்ட பகுத்தல்தான். இது தவிர வேறு விஷயங்களினாலும் நீரிழிவு ஏற்படும். அதைப் பற்றி வேறு அத்தியாயத்தில் விரிவாகத் தெரிந்துகொள்வீர்கள்.

- பரம்பரையில் நீரிழிவு உள்ளவர்கள்
- குண்டானவர்கள்
- உடல் உழைப்பு இல்லாதவர்கள்
- பெண்கள்
- நாற்பது வயதை நெருங்கியவர்கள்

இந்தப் பட்டியிலில் நீங்கள் இருக்கின்றீர்கள் என்றால் உங்களுக்கு சர்க்கரை நோய் வரும் வாய்ப்பு நிச்சயம். இல்லா விட்டால் அடுத்த பட்டியலைப் பாருங்கள். வாழ்க்கை முறைகள் மற்றும் உடல் நல பாதிப்புகள், சர்க்கரை நோயை உண்டாக்கும் முக்கியக் காரணிகளாகும்.

பரம்பரைப் பின்னணி

சர்க்கரை நோய் ஒரு பரம்பரை வியாதி. தாத்தா, பாட்டி யாருக்காவதோ அல்லது பெற்றோர்களில் யாருக்காவதோ இருந்தால் வாரிசுகளுக்கும் வரும்.

குடும்பத்தில் உங்கள் உடன்பிறப்புகளுக்கோ, ஒன்றுவிட்ட சித்தப்பா, சித்தி, மாமா, அத்தை போன்றவர்களுக்கோ சர்க்கரை இருந்தாலும் உங்களுக்கு வரும் வாய்ப்புள்ளது. பெற்றோர் இருவருக்கும் இருந்தால் கண்டிப்பாக சர்க்கரை வியாதி உங்களுக்கு வரும். பெற்றோர்பட்ட கடனை பிள்ளைகள் அடைக்க வேண்டும் என்பது இந்த விஷயத்தில் மிகவும் பொருந்தும். ஆனால், உங்களுக்குச் சர்க்கரை நோய் இருந்தாலும் உங்கள் பிள்ளைகளுக்கு வராமல் தடுக்க முடியும் தெரியுமா? ஞாபகமாகக் கேளுங்கள். பிறகு சொல்கிறேன்.

குண்டானவர்கள்

உடல் எடை அதிகரிப்பதால் பெரும்பான்மையினர் இந்த நோய்க்கு ஆளாகிறார்கள். அதிகக் கொழுப்பினால் செல்கள் விரிவடைகின்றன. இதனால், போதுமான இன்சுலினை இந்த செல்கள் பெற இயலாது. ஒவ்வொரு கிலோ எடையும் அதிகரிக்கும்போது, சர்க்கரை வியாதி வரும் வாய்ப்பை ஏறக்குறைய ஐந்து சதவீதம் ஏற்படுத்திக்கொள்கிறீர்கள்.

தைராய்டு ஹார்மோன் கோளாறு, பெருந்தீனி, உடற்பயிற்சி இல்லாதவர்களுக்கு ஏற்படும் உடல் பருமனால் சர்க்கரை அபாயம் ஏற்படுகிறது. பரம்பரையாக குண்டாக இருப்பவர் களுக்கும் வரும்.

உடல் உழைப்பு இல்லாதவர்கள்

உடல் சொகுசுக்கு இனி இல்லை மவுசு. கம்ப்யூட்டரிலேயே காலம் தள்ளுபவர்களுக்கு இந்தப் பிரச்னை ஓர் அழையா

விருந்தாளி. உழைப்பு குறைந்துவிட்டால் செல்கள் வலு விழந்துவிடுகின்றன. நோய்த் தாக்குதலுக்கு ஆளாகின்றன.

பயன்படுத்தப்படாத கலோரிகள் உடலில் கொழுப்பைச் சேர்க்கின்றன. விளைவு எடை அதிகரிக்கும். இதன்விளைவாக, ரத்த அழுத்தம் இயல்பைக் காட்டிலும் அதிகரிக்கும். 140/90 என்ற அளவுக்கு உயர்ந்து படிப்படியாக அதிகரிக்கும். உடற்கொழுப்பில் டிரைகிளிசரின் அளவு 250 மில்லி கிராமுக்கு அதிகமாகும். நன்மை செய்யக்கூடிய எச்.டி.எல். கொழுப்பு 35 மில்லிகிராமுக்கும் கீழே குறைந்துவிடும். அதுவே சர்க்கரை நோய்க்கான பாஸ்போர்ட்.

பெண்கள்

பாலிசிஸ்டிக் ஓவேரியன் சிண்ட்ரோம் என்ற நார்க்கழலை பாதிப்புள்ள பெண்கள், கர்ப்ப காலத்தில் சர்க்கரை வியாதியால் பாதிக்கப்பட்ட பெண்கள், மூன்று கிலோவுக்கு மேல் அதிக எடை கொண்ட குழந்தையைப் பெற்ற பெண்கள், உடல் செயல்திறன் குறைந்த பெண்கள் ஆகியோர் சர்க்கரை நோயை எதிர்பார்த்துக் காத்திருக்கலாம்.

வயது

முன்னர் எல்லாம் நாற்பது. இப்போது இருபத்து ஐந்து வயது கடந்துவிட்டாலே சர்க்கரையில் கவனம் செலுத்துங்கள். பொதுவாக, நாற்பது வயதை நெருங்கும்போது உடலின் செயல் திறன் குன்றி சர்க்கரை வியாதி வரும் வாய்ப்பு அதிகரிக்கிறது.

இனிப்புப் பட்டியல்-2

- சத்துப் பற்றாக்குறை உள்ளவர்கள்.
- ஆழ்ந்த கவலை, அலுவலக வேலைப்பளு உள்ளவர்கள்.
- கல்லீரல் மற்றும் கணையம் பாதிக்கப்பட்டவர்கள்.
- அதிக கலோரிகள் நிறைந்த உணவு, ஃபாஸ்ட் ஃபுட் விரும்பிச் சாப்பிடுபவர்கள்.
- குறிப்பிட்ட சத்துகள் அடங்கிய உணவைச் சாப்பிடு பவர்கள்.

- குறிப்பிட்ட சில ஸ்டீராய்டு வகை மருந்துகளை நீண்ட நாள் உட்கொள்பவர்கள்.
- கர்ப்ப காலத்தில் தாயின் தவறான உணவுப்பழக்கத்தால் குழந்தையாக இருந்தபோது சர்க்கரை நோய்த் தொற்று ஏற்பட்டவர்கள்.
- தொடர்ச்சியாக கர்ப்பத்தடை மாத்திரைகளை சாப்பிடு பவர்கள், அடிக்கடி கருக்கலைப்பு செய்த பெண்கள்.

இந்த இரண்டு பட்டியலில் இல்லை என்பதால் சர்க்கரை நோய் வராது என்று சொல்லிவிட முடியாது.

பெருந்தீனி, புகைத்தல் மற்றும் மதுப் பழக்கம் போன்ற தவறான வாழ்க்கை முறைகளை உடையவர்களை எங்கே? எங்கே? என்று சர்க்கரை நோய் தேடி வரும், ஜாக்கிரதை. சர்க்கரை நோய் ஏன் ஏற்படுகிறது தெரியுமா? அடுத்த அத்தியாயத்துக்கு வாருங்கள்.

அபாயம் சர்க்கரை

3

சர்க்கரை நோய் அல்லது நீரிழிவு என்பது பிறவியில் ஏற்படும் ஒரு குறைபாடு. நாளடைவில் நம் வாழ்க்கை முறைக்கு ஏற்றபடி உடலில் தன் லீலைகளைக் காட்டத் தொடங்கும். சிலருக்கு குழந்தைப் பருவத்தில் இருந்தே சர்க்கரை நோய் உண்டாகலாம்.

மனித வர்க்கத்தைப் பீடிக்கும் மிகக் கொடிய நோய்களுள் சர்க்கரை நோய் குறிப்பிடத்தக்கது. இதை ஒரு தனிப்பட்ட நோய் என்று கூறுவதைக் காட்டிலும் பலதரப்பட்ட நோய்களின் ஊற்றுக்கண் என்று சொன்னால் மிகவும் பொருத்தமாக இருக்கும்.

இது ஒன்றும் தொற்றுநோய் அல்ல. ஒருவரது உடலில் சர்க்கரை நோய் வேரூன்றிவிட்டால், அவருக்கு விடிவு காலம் என்பது கண்களில் புலப்படும் கானல் நீர். இதை முற்றிலும் குணமாக்கு வதற்கான சிகிச்சை முறைகள் இதுவரை

கண்டறியப்படவில்லை. ஆயுள் முழுவதும் கட்டுப்பாட் டுக்குள் வைத்துக்கொள்ள பல வழிமுறைகள் ஏற்படுத்தப் பட்டுள்ளன.

ரத்தத்தில் அதிகரிக்கும் குளுக்கோஸை உடல்செல்கள் பயன் படுத்திக்கொள்ள முடியாத நிலை ஏற்படும்போது சர்க்கரை நோய் உண்டாகிறது.

நாம் சாப்பிடும் உணவில், மாவுச்சத்து (கார்போஹைட் ரேட்), புரதம் (புரோட்டீன்) மற்றும் கொழுப்பு (ஃபேட்) ஆகிய சத்துகள் உள்ளன. மாவுப்பொருள்தான் சர்க்கரைச் சத்தாக மாற்றப்படுகிறது. இதில் மோனோசாக்ரைடுகள் என்ற ஒற்றைச் சர்க்கரை, டைசாக்ரைடு என்ற இரட்டைச் சர்க்கரை, பாலிசாக்ரைடுகள் என்ற பல சர்க்கரை என வகைப்படுகின்றன.

பழங்களில் இருந்து கிடைக்கும் மாவுச்சத்து மோனோசாக் ரைடு வகையைச் சேர்ந்தது. எளிதில் ஜீரணமாகி சீக்கிரமாக ரத்தத்தில் கலக்கும். கரும்பு, சர்க்கரை, பால் ஆகியவற்றில் இருந்து இரட்டைச் சர்க்கரை கிடைக்கிறது. அரிசி, கோதுமை, கேழ்வரகு, கிழங்கு வகைகள், பருப்புகள் ஆகிய வற்றில் இருந்து பெறப்படும் மாவுச்சத்தில் இருந்து பல சர்க்கரை வகை கிடைக்கிறது.

இவற்றை, உடலானது உடனடியாக பயன்படுத்தாமல் கிளை கோஜென் என்ற பொருளாக கல்லீரல் போன்ற உறுப்புகளில் சேமித்து வைக்கிறது.

வயிற்றில் உண்டாகும் ஜீரணத் திரவங்கள், கணையம் வழங்கும் ஜீரண நீர், பித்தப்பையில் உற்பத்தியாகும் பித்த நீர் ஆகியவற்றுடன் கிளைகோஜென் சேரும்போது சர்க்கரை யாக மாற்றப்பட்டு ரத்தத்தில் கலக்கிறது. இந்த சர்க்கரை யுடன் இன்சுலின் சேரும்போது சர்க்கரை எரிக்கப்பட்டு உறுப்புகளுக்குத் தேவையான சக்தியாக மாறுகிறது.

சாதாரணமாக நமது ஜீரண மண்டலம் உணவிலுள்ள ஸ்டார்ச் பொருளான கார்போஹைட்ரேட்டை குளுக்கோஸ் என்ற சர்க்கரைப் பொருளாக மாற்றி குடலில் இருந்து ரத்த ஓட்டத் துக்கும், அங்கிருந்து உடலின் அத்தனை அணுக்களுக்கும் அனுப்பிவைக்கிறது.

செல்கள் வளர்வதற்கும், வேலை செய்வதற்கும் சர்க்கரை சத்தை சரியான விகிதத்தில் அனுப்ப இன்சுலின் என்ற ஹார் மோன் தேவை. இதற்கு வேண்டிய அளவு இன்சுலினை கணையம் உற்பத்தி செய்யாத நிலையில் ரத்தத்தில் சர்க்கரை அளவு உயர்கிறது. இதைத்தான் சர்க்கரை நோய் அல்லது நீரிழிவு என்கிறோம்.

கணையத்தின் முக்கியத்துவம்

வயிற்றுப்பகுதியில் தொப்புளுக்கு மேல் இரைப்பைக்கு பின்புறம் மாவிலை போன்ற வடிவத்தில் கணையம் உள்ளது.

நமது உடலில் இயங்கும் நாளமில்லாச் சுரப்பிகளுள் கணையம் குறிப்பிடத்தக்கது.

இதயத்தைப் போலவே கணையமும் நாள்முழுக்கச் செயல் பட்டுக் கொண்டிருக்கும். இதில் சுரக்கும் திரவம் இரண்டு வகையான வினைகளைப் புரிகிறது. ஜீரண நீர் மற்றும் என்ஸைம்களை உற்பத்தி செய்து கார்போஹைட்ரேட் சத்தை கரைத்து ரத்தத்தில் கலக்கச் செய்கிறது.

கணையத்தில் உள்ள லாங்கர்ஹான் திட்டுக்கள் எனப்படும் செல் தொகுப்பில் ஏறக்குறைய பத்து லட்சம் செல்கள் உள்ளன. இதில் உள்ள பீட்டா செல்கள்தான் இன்சுலினைச் சுரக்கின்றன. ரத்தத்திலுள்ள சர்க்கரையினை இன்சுலின் சுரப்பி எரித்து உடலுக்குத் தேவையான சக்தியை வழங்குகிறது.

ரத்தத்தில் தேவைக்கதிகமான சர்க்கரை சேரும்போது கல்லீரல் அதை கிளைகோஜென்னாக மாற்றி சேமித்துக் கொள்கிறது. கொஞ்சம் சர்க்கரை ரத்தத்தில் கலந்திருக்கும், மீதமுள்ளவை சிறுநீரில் கலந்து வெளியேறிவிடும். ரத்தத்தில் இருக்கும் சர்க்கரை அளவைப் பொறுத்து கணையத்தில் இன்சுலின் உற்பத்தி நடக்கிறது. சர்க்கரை அதிகரித்தால் இன்சுலின் கூடுதலாக சுரக்கும்.

தொடர்ச்சியாக சாப்பிடும்போதெல்லாம் நம் உடலுக்கு தேவையான குளுக்கோஸ் சத்தை எரிப்பதற்கு வேண்டிய இன்சுலினை சுரப்பி உற்பத்தி செய்துகொண்டே இருக்கும். கணையம் பாதிக்கப்பட்டு இன்சுலினை சுரக்க முடியாமல் போவது அல்லது இன்சுலின் உற்பத்தி குறைவது அல்லது

செயல்பட முடியாத நிலை ஏற்படும்போதுதான் சர்க்கரை வியாதி வந்துவிடுகிறது. கிரேக்கர்கள்தான் இதற்கு பெயர் சூட்டினார்கள். அடிக்கடி அதிகமாக சிறுநீர் கழிப்பது சர்க்கரை நோயின் முக்கிய அறிகுறி என்பதால் இவ்வாறு அழைத்தனர். கிரேக்க மொழியில் டயபிடிஸ் என்றால், நீரூற்று என்று பொருள். உடம்பிலுள்ள தசைகளையும் எலும்புகளையும் சிறுநீராக உருக்கிச் செல்லும் நோய் இது என கப்படோசியாவைச் சேர்ந்த எரேசியஸ் (கி.பி.30-90) என்ற கிரேக்க நாட்டு அறிஞர் கண்டறிந்தார்.

ரெடிமேட் ஸ்வீட்ஸ்

4

சர்க்கரை வியாதி மிகக் கொடிய வியாதியாக மாறியுள்ளபோதிலும்கூட அதைப் பற்றிய விழிப்புணர்வு இன்னும் பரவலாகவில்லை.

வயதானவர்கள், பணக்காரர்களுக்கு மட்டுமே சர்க்கரை வியாதி வரும் என்ற நம்பிக்கை மக்கள் மத்தியில் இன்னும் மாறவில்லை.

மாறாக, பிறந்த குழந்தைக்கும் சர்க்கரை நோய் இருக்கக்கூடும். அளவுக்கு அதிகமாகச் சாப்பிடுபவர்களுக்குத்தான் வரும் என்ற கருத்து இப்போது அடிபட்டு போனது. சரியான ஊட்டச்சத்து இல்லாதவர்களுக்கும் சர்க்கரை நோய் ஏற்படுகிறது.

இது ஒண்ணும் காமெடி பண்ற விவகாரம் இல்லீங்க. நம்புங்க. உணவு மிகுந்தாலும், குறைந்தாலும் பிணி என்பது வள்ளுவர் வாக்கு. அது நீரிழிவுக்கும் பொருந்தும்.

'குழந்தைக்குக்கூடவா சர்க்கரை நோய் இருக்கும்' என்பது தானே உங்க 'டவுட்'. பிறவியிலேயே ஏற்படக் கூடிய இந்த சர்க்கரை வியாதியை 'ஜுவனைல் டயாபடீஸ்' என்பார்கள். இது இன்சுலின் சார்ந்த நீரிழிவு நோய் அல்லது டைப்-1 எனப்படுகிறது.

சர்க்கரை நோய் பல வகைப்படும். அவை,

- இன்சுலின் சார்ந்த நிலை (டைப் 1)
- இன்சுலின் சாராத நிலை (டைப் 2)
- கர்ப்பிணிகளைப் பாதிக்கும் சீரற்ற சர்க்கரை ஏற்பு நிலை (இம்பெயர்டு குளுக்கோஸ் டாலரன்ஸ்)
- கணையத்தைப் பாதிக்கும் நோய்களால் உண்டாவது (பான்கிரியாடிக் டயாபடீஸ்)
- சில மாத்திரைகளால் ஏற்படுவது (டிரக் இன்ஃப்ளு யன்ஸ்டு)
- மன அழுத்தம் மற்றும் மன உளைச்சல் (ஸ்ட்ரெஸ் டயாபடீஸ்)

இன்சுலின் சார்ந்த டயாபடீஸ் (டைப்-1)

இந்த வகை நோய்க்கு சிறுவர்கள் மற்றும் டீன்-ஏஜ் வயதினர் தான் பெரும்பாலும் ஆட்படுகின்றனர்.

பெரியவர்களுக்கு வரும் சர்க்கரை வியாதிக்கும், சிறுவர் களுக்கு வரும் சர்க்கரை வியாதிக்கும் வித்தியாசம் உண்டு.

கணையத்திலுள்ள இன்சுலின் சுரக்கும் பீட்டா செல்கள் அழிவதால் இந்த வகை நீரிழிவு ஏற்படுகிறது. 'ஆட்டோ இம்யூன் டிசீஸ்' என்று இதற்குப் பெயர்.

நம் உடம்பில் நுழையும் நோய்க்கிருமிகளை அழிப்பதற்கு நோய் எதிர்ப்புச் சக்தி உருவாகிறது. இந்த சக்தியை, ரத்தத்தில் உள்ள வெள்ளை அணுக்கள் உற்பத்தி செய்கிறது. சுற்றுச் சூழல் காரணிகள், பாரம்பரியம் போன்றவற்றின் எதிர் மாறான தாக்கத்தால் நமது கணையச் சுரப்பியிலுள்ள பீட்டா செல்களை வெள்ளை அணுக்கள் எதிரியாக நினைத்து அழித்துவிடுகின்றன. இதனால், இன்சுலின் உற்பத்தி நடை

பெறாமல் ரத்தத்தில் சர்க்கரை அளவு அதிகரிக்கிறது. இதேபோன்று கணையத்தில் ஏற்படும் நோய்களின் காரணமாக வும் பீட்டா செல்கள் அழிந்துவிடுகின்றன. இதுபோன்ற சமயங்களிலும் உடலில் இன்சுலின் உற்பத்தியாவதில்லை.

பாதிக்கப்பட்ட நோயாளிகள் எஞ்சிய தங்கள் வாழ்நாள்களை இன்சுலின் ஊசியை நம்பியே கழிக்க வேண்டும். இன்சுலின் ஊசி போட்டுக்கொண்டால் மட்டுமே அன்றாட வாழ்க் கையை நகர்த்தமுடியும் என்ற அவலநிலை அவர்களுக்கு உண்டாகிவிடும். இதை டைப்-1 நீரிழிவு என்பர்.

சர்க்கரை நோயாளிகளில் சுமார் ஐந்து சதவீதத்தினர் மட்டுமே இவ்வகையினால் பாதிக்கப்படுகிறார்கள்.

முதல்வகை சர்க்கரை நோய்க்குக் காரணமான பல்வேறு ஜீன்கள் மற்றும் எண்ணற்ற வைரஸ்களை மருத்துவ ஆராய்ச்சியாளர்கள் அடையாளம் கண்டிருக்கிறார்கள். ஆனால், சர்க்கரை நோயை எந்தப் பொருள் உருவாக்குகிறது என்பதை குறிப்பாக அறிந்துகொள்ள முடியவில்லை.

நோயாளிகளுக்கு இன்சுலினை கொடுத்தால் மட்டுமே ரத்த சர்க்கரை அளவு குறையும். அதைச் சார்ந்தே அவர்கள் வாழ்க்கைப் பயணம் தொடர்கிறது. இவர்களுக்குத்தான் சர்க்கரை நோயின் பாதிப்பு பெருமளவில் ஏற்படுகிறது.

உங்கள் குழந்தையின் உடம்பு பாதிக்கப்பட்டிருப்பது தெரிய வந்தால் சர்க்கரைப் பரிசோதனை செய்துபார்த்துக்கொள் ளுங்கள்.

குழந்தைகளுக்கு ஏற்படுவது, இன்சுலின் சார்ந்தது. (ஐடிடிஎம்) இன்சுலின் டிபெண்டன்ட் (டைப்-1) என்பார்கள்.

இன்சுலின் சாரா நிலை (டைப்-2)

குழந்தைகள் மற்றும் இளம்வயதினருக்கு சர்க்கரை வியாதி வந்தால் அவர்கள் எப்போதும் இன்சுலினை நம்பியே வாழவேண்டிய நிலை இருக்கும்.

அவ்வாறு இல்லாமல், நடுத்தர வயதுக்கு மேல் ஆரம்பிக்கும் சர்க்கரை நோயை இரண்டாம் வகை சர்க்கரை நோய் அல்லது இன்சுலின் சாராத சர்க்கரை நோய் என்பர்.

இந்த வகை பாதிப்பு ஏன் வருகிறது?

சர்க்கரையை எரிப்பதற்கு உற்பத்தியாகும் இன்சுலினை செல்கள் ஏற்றுக்கொள்ளாமல் புறக்கணிக்கும் நிலை சில சமயங்களில் உருவாகிறது. மேலும் உடலுக்குத் தேவையான அளவு இன்சுலினை கணையத்தால் சுரக்கச் செய்ய முடியாத நிலையும் உருவாகும். இந்த இரு நிலைகளிலும் ரத்தத்தில் உள்ள சர்க்கரை அதிகரிக்கிறது.

இப்படிப்பட்ட நிலையினால் ரத்தத்தில் சர்க்கரையைக் கட்டுப்படுத்தும் திறன் பாதிக்கப்பட்டவரின் உடலில் முற்றிலுமாகக் குறைந்துவிடுகிறது. இதுவே இன்சுலின் சாரா நிலை சர்க்கரை நோய் அல்லது டைப்-2 எனப்படுகிறது.

சர்க்கரை நோயாளிகளில் 95 சதவீதத்தினர் இந்த வகை குறைபாட்டுக்குத்தான் ஆளாகின்றனர். நடுத்தர வயதினரை மட்டும் தாக்கிவந்த இந்த நோய்க்கு இப்போது சிறுவர்களும் இளைஞர்களும் இரையாகத் தொடங்கிவிட்டனர். காரணம், மாறிவரும் வாழ்க்கை முறை.

இந்த நோயை உண்டாக்குவதில் உடல் பருமன் முக்கியக் காரணமாக விளங்குகிறது. குண்டாக உள்ளவர்களில் 80 சதவீதத்தினருக்கு சர்க்கரை நோய் ஏற்படுகிறது.

இரண்டாம் வகை சர்க்கரையின்போது அறிகுறிகள் மிக மெதுவாக வெளிப்படுவதால், உங்களுக்கு சர்க்கரை நோய் வந்துள்ளது என்று சொன்னால், பாதிக்கப்பட்டவர்கள் மனத்தளவில் அதை அவ்வளவு சுலபமாக ஏற்றுக் கொள்ள மாட்டார்கள்.

கணையத்தின் செயல்பாட்டில் உண்டாகும் கோளாறு காரணமாகவே பெரும்பாலும் டைப்-2 நோய் ஏற்படு கிறது. கணையச் செயல்பாட்டை ஊக்குவிக்கும் மருந்து களைக் கொடுக்கும் பட்சத்தில் பாதிக்கப்பட்டவர்களின் ரத்தத்திலுள்ள சர்க்கரை அளவு வெகுவாகக் குறைகிறது. இன்சுலின் ஊசி போட்டுத்தான் ஆகவேண்டும் என்ற நிலையிருக்காது.

இவ்வகை சார்ந்த நோயாளிகள் பொதுவாக,

- நடுத்தர வயது உடையவர்கள்

- பருமனான உடல் வாகு படைத்தவர்கள்
- உடற்பயிற்சி இல்லாத சோம்பலான வாழ்க்கை முறையைக் கொண்டவர்கள்.

கர்ப்பகால சர்க்கரை நோய் (ஜெஸ்டேஷனல் டயாபடீஸ்)

கர்ப்பிணிகளில் இரண்டு முதல் மூன்று சதவீதத்தினர் இந்த வகை சர்க்கரை நோயினால் பாதிக்கப்படுகின்றனர். கர்ப்ப காலத்தில் திடீரென்று அதிகரிக்கும் சர்க்கரையின் அளவு, பிரசவத்துக்குப் பிறகு இயல்பு நிலைக்குத் திரும்பிவிடும்.

கர்ப்பகால சர்க்கரை நோய் பொதுவாக கர்ப்பத்தின் இரண்டாவது கட்டத்தில் (ஆறாவது வாரம்) உருவாகிறது. இது குழந்தை பிறந்த பிறகு சரியாகிவிடுகிறது. பாதிக்கப்பட்ட கர்ப்பிணிகள், பிற்காலத்தில் சர்க்கரை நோயால் அவதியுறும் வாய்ப்பும் அதிகமாக உள்ளது.

சிக்கல்கள்

கர்ப்பகால சர்க்கரை ஏற்பட்ட பெண்களுக்குப் பிரசவ நேரத்தில் சில சிக்கல்கள் தோன்றும். அவை:

- கர்ப்ப காலத்தில் சர்க்கரை நோய் இருந்து அதைக் கவனிக்காமல் விட்டால் குறை பிரசவம் நேரிடும்.
- குழந்தை இறந்து பிறக்கக்கூடும்.
- பிறந்த குழந்தையின் எடை நான்கு கிலோவுக்கு கூடுதலாக இருக்கும்.
- சில சமயம் தாய்க்கு உயிரிழப்பு ஏற்பட வாய்ப்புண்டு.
- பிறந்த குழந்தைக்குப் பின்னாளில் சர்க்கரை வியாதி வர வாய்ப்புண்டு.

எனவே, கர்ப்பிணிகள் சர்க்கரைப் பரிசோதனையை அடிக்கடி மேற்கொள்ள வேண்டும்.

கர்ப்ப காலத்தில் சர்க்கரை நோய் வந்தால் பிரசவம் முடியும் வரை ரத்த சர்க்கரை அளவைக் கட்டுப்பாட்டுக்குள் வைத்திருக்க வேண்டும். இதன்மூலம் தாய்க்கும், குழந்தைக்கும் ஏற்படும் பாதிப்புகளைக் கண்டிப்பாகத் தவிர்க்க முடியும். பிரசவம் முடியும்வரைதான் மாத்திரைகளை உட்கொள்ள

வேண்டும். தேவைப்பட்டால் இன்சுலின் ஊசி போட வேண்டியிருக்கும்.

கட்டுப்படாத சர்க்கரை நோயுள்ள பெண்ணுக்கு சிசேரியன் அறுவைச் சிகிச்சையைத் தவிர்ப்பதற்காக ஒன்பதாவது மாதத்தில் இருந்தே மருத்துவமனையில் தங்கி சிகிச்சை பெறச் சொல்வார்கள். இதன்மூலம் சர்க்கரை நோயால் வரும் பக்கவிளைவைத் தடுக்கலாம்.

கணைய நோய் சர்க்கரை வியாதி

என்னதான் உடற்பயிற்சி, உணவுக் கட்டுப்பாடு என்று இருந்தாலும், கட்டுப்பாடு இல்லாமல் மது அருந்துவது போன்ற பழக்கங்களால் கணைய அழற்சி நோய் ஏற்படுகிறது. இதனால், கணையம் பாதிக்கப்பட்டு புற்றுநோய்கூட ஏற்படுகிறது. இது போன்று பிரச்னைகளுக்கு ஆளாகும் நபரின் கணையத்தில் உள்ள லாங்கர் ஹான் திட்டுகள் சேதமடைந்து இன்சுலினைச் சுரக்கச் செய்யும் திறன் அழிந்துபோகிறது. இதனாலும் சர்க்கரை நோய் ஏற்படுகிறது.

பிற நோய்களுடன் துணை நோயாகவோ அல்லது மற்ற நோய்களுக்காக சாப்பிடும் மருந்துகளின் காரணமாக இன்சுலின் உற்பத்தி பாதிக்கப்படுவதாலோ, அட்ரீனல் அல்லது பிட்யூட்டரி சுரப்பிக் கோளாறுகள், மையோடோனிக் டிஸ்டிரோபி எனப்படும் தசை அழிவு நோய் காரணமாகவும், கார்டிகோ ஸ்டீராய்டுகள் காரணமாகவும் இந்த நிலை தோன்றும். இது மருந்து சார்ந்த சர்க்கரை நோய்.

சர்க்கரை நோயாளிகளில் சுமார் ஒரு சதவீதத்தினர் இத்தகைய பாதிப்புக்கு ஆளாகிறார்கள். கணைய அழற்சியால் ரத்தத்தில் சர்க்கரையின் அளவு கூடிவிடும்.

சிறுநீரகம், இதயம் போன்ற முக்கிய உறுப்புகளுக்கு நவீன மாற்று உறுப்பு சிகிச்சைகள் நடைமுறைக்கு வந்துவிட்டன. வயிற்றில் தீராத அல்சர் அல்லது கேன்சர் ஏற்படும்பட்சத்தில் ஒட்டுமொத்த வயிறு, மண்ணீரல் ஆகியவற்றை அகற்றி விடலாம்.

ஆனால், கணையத்துக்கு இதுவரை எந்தமாற்றும் கண்டறியப்படவில்லை. பாதிக்கப்பட்ட கணையத்தை

அறுவைச்சிகிச்சை மூலம் அகற்றுவதைத் தவிர வேறு வழியே இல்லை. கணையம் இல்லாவிட்டால் டைப்-2 நோயாளி, டைப்-1 நோயாளியைப்போல் ஆகிவிடுவர். எஞ்சிய வாழ்நாளை இன்சுலினை நம்பியே கழிக்க வேண்டும்.

நோய் வருவதற்கான வாய்ப்புள்ளவர்கள் மருத்துவப் பரிசோதனை மற்றும் ஆலோசனைகளை முன்னதாகவே பெற முயற்சிக்க வேண்டும். யானை வரும் பின்னே மணி யோசை வரும் முன்னே என்பது அரதப்பழசான பழமொழி. ஆனால், நீரிழிவு எனப்படும் மதயானை வரும்போது பலநேரங்களில் அதன் மணியோசை காதில் விழுவதை அறிந்து கொள்ளமுடியாத அளவில்தான் மக்கள் உள்ளனர். காரணம், கேட்பது மதயானையின் மணியோசையா, கோயில் மணியோசையா என்று பாகுபடுத்த இயலாமைதான்.

இனிவரும் அத்தியாயத்தில் அந்த பாகுபாட்டை செய்வது எப்படி என்பதை கட்டாயம் புரிந்துகொள்வீர்கள். வருவது சர்க்கரை நோய்க்கான அறிகுறிகள் அல்லவா?

சர்க்கரை நோய் வந்தாச்சு

5

சர்க்கரை நோய் இருக்கிறது என்பதை பாதிக்கப்பட்டவர் அறிந்துகொள்ளும் போது பெரும்பாலும் நோய்கண்டு ஒருசில வருடங்களாவது ஆகியிருக்கும். நூற்றுக்குத் தொண்ணூற்று ஒன்பது சதவீதத்தினருக்கு இப்படித்தான் ஆகியிருக்கும். ஏன் இப்படி?

- ஏதாவது ஒரு குறை சொல்லாவிட்டால் தொண்டைக்குள் சாப்பாடு இறங்காதே என்று சலித்துக் கொள்ளும் மனைவிகளுக்கு இன்னும் போடு, சாதத்தைக் கொட்டு என்று சப்புக்கொட்டி சாப்பிட்டு கணவர்கள் தரும் இன்ப அதிர்ச்சி.

- ஆணுக்குப் பெண் சமம் என்று முதல் இரவில்கூட, காலில் விழவேண்டாம் என்று பகுத்தறிவு பேசிய கணவர், இப்போது ஆபிஸ் விட்டு வந்ததும் வராததுமாக போட்டிருக்கும் பேண்டைக்கூட அவிழ்க்காமல், செல்லம் கொஞ்சம் காலை அமுக்கிவிடும்மா... என்ற திடீர் கெஞ்சல்.

- நல்ல நாளும் அதுவுமா சாப்பிடாம அப்படியென்னடா விளையாட்டு கிடக்கு என்று புலம்பிய காலம் போய், அடுப்படியைச் சுற்றியே திரிந்துகொண்டு பாத்திரங்களை உருட்டி ஒன்றுவிடாமல் சதா சாப்பிட்டுக் கொண்டிருக்கும் கல்லூரி செல்லும் மகனின் அகோரப்பசி.

- ஸ்கூலில் சாப்பிட்ட பிறகு கண்டிப்பாக நிறைய தண்ணீர் குடி என்று கொடுத்துவிட்ட வாட்டர் கேன் கொஞ்சமும் குறையாமல் கொண்டுவந்து திட்டு வாங்குகின்ற மகள், வீட்டுக்கு வந்ததும் வராதுமாகக் குடத்துக்குள் 'முங்கு நீச்சல்' அடிக்காத குறையாகத் தலையை விட்டு டம்ளர் டம்ளராக மொண்டு வயிறு முட்ட தண்ணீர் குடிக்கும் மகளின் அசுர தாகம்.

- நாள் கிழமை பார்க்காமல் ஒட்டிப் படுத்து பிராணனை வாங்கும் புருஷன், ஜாடை காட்டியும் கண்டுகொள்ளாமல் இருக்கும் அலட்சியம்.

- ஆறுமாசத்துக்கு முந்திதானே கேட்ராக்ட் ஆபரேஷன் செஞ்சோம். அதுக்குள்ள கண்ணுல பஞ்சு தெரியுதுன்னு சொல்றதுக்கு நாம என்ன இமயமலைச்சாரல்ல பனிப் பொழிவுக்கு நடுவுலய நடமாடிட்டு இருக்கோம்னு வயதான மாமனாருக்கு விழுந்த வசவு.

- பெண் பிள்ளைகள் படுத்துருக்கறது தெரியாம அகால நேரத்துலயும் லைட்ட போட்டுகிட்டு சதா அப்டி என்ன பாத்ரூம்ல வேலை என்ற திட்டையும் பொருட்படுத்தாமல் அர்த்தராத்திரியிலும் அஞ்சாறு தடவை மூச்சா போகும் தம்பி.

இதெல்லாம் என்ன? அத்தனையும் அறிகுறிகள். அவர்களுக் கெல்லாம் சர்க்கரை நோய் வந்தாச்சு. இதை அறிந்து வைத்துக்கொண்டு சரியான நேரத்தில் சர்க்கரை நோயைக் கண்டுபிடித்து சிகிச்சை எடுத்துக்கொள்பவர்கள் மிக மிகச் சொற்பமே.

பொதுவான அறிகுறிகள்

சர்க்கரை நோய்க்கான அறிகுறிகள் இவ்வளவுதானா? ரொம்ப சிம்பிளா தெரியுதேன்னு நினைக்கிறீங்கள்ல? ம்ஹூம், இன்னும் நிறைய இருக்கு.

- அடிக்கடி சிறுநீர் கழித்தல்
- நிறைய திரவங்களைக் குடித்தாலும் தணியாத தாகம்
- அகோர பசி
- எடை குறைதல்
- உடல் அசதி

இவையெல்லாம் பொதுவான அறிகுறிகள். டைப்-1 சர்க்கரை நோயாளிகளுக்கு இந்த அறிகுறிகள் தீவிரமாகத் தென்படும். ஆனால், டைப்-2 நோயாளிகளுக்கு அறிகுறிகள் தெளிவாகத் தெரியாது. நோயின் தீவிரம் தலைதூக்கிய பிறகே பெரும் பாலும் கண்டுபிடிக்க முடியும். உஷாராக இருந்தால் கண்டு பிடித்துவிடலாம். அதற்குச் சர்க்கரை நோய்க்கான அறிகுறிகள் பற்றிய விவரங்களை தெரிந்து வைத்துக்கொள்வது நல்லது.

தணியாத தாகம் மற்றும் சிறுநீர்ப்பெருக்கு

ரத்தத்தில் சர்க்கரை அதிகரிக்கும்போது சிறுநீரகத்தால் முழுமையாக சர்க்கரையை வடிகட்ட இயலுவதில்லை. ரத்தத்திலுள்ள சர்க்கரை அதனுடன் நீர்ச்சத்தையும் உடன் கொண்டு செல்லும். இதனால்தான் சர்க்கரை நோய் இருப்ப வர்களுக்குத் தணியாத தாகம் ஏற்படுகிறது. அடிக்கடி சிறு நீர்ப் பெருக்கும் ஏற்படுகிறது. அடிக்கடி சிறுநீர் கழிக்க வேண்டும் என்ற உணர்வும், உந்துதலும்கூட ஏற்படும். இவ்வாறு உடல் திசுக்களிலிருந்து நீர் வடியும்போது தாகம் எடுக்கும். குறிப்பாக இரவில் தாகம் அதிகரித்தல், தொண்டை வறண்டுவிடுதல் போன்றவை இருக்கும்.

உடல் அசதி, சோர்வு

உடலின் செயல்பாட்டுக்கு முக்கிய எரிபொருளாக விளங்கு வது சர்க்கரை. சர்க்கரை நோய் கட்டுப்பாட்டில் இருக்கும் போது செல்களுக்குத் தேவையான சக்தி கிடைப்பதில்லை. சத்துப்பற்றாக்குறை ஏற்பட்டு எப்போதும் களைப்பாவும், சோர்வாகவும், பலவீனமாகவும் இருக்க நேரிடுகிறது.

எடையில் மாற்றம்

செல்களுக்கு தேவையான குளுக்கோஸை இன்சுலின் அளிக்க முடியாததால், தாங்கள் பட்டினி கிடப்பதாக செல்கள்

மூளைக்குத் தகவல் அனுப்பும், இதை ஈடுசெய்வதற்காக மூளை இரைப்பைக்குத் தகவல் அனுப்பி பசியைத் தூண்டு கிறது.

சக்தி பற்றாக்குறையை ஈடுசெய்வதற்காக உடல் தொடர்ந்து போராடும். அதிகமாக சாப்பிடத் தோன்றும். இதன் காரண மாக உடல் எடை அதிகரிக்கும். சிலருக்கு இது எதிர்மாறாக இருக்கும். எவ்வளவுதான் அதிகமாக சாப்பிட்டாலும் எடை குறையும். இந்தநிலை டைப்-1 சர்க்கரை நோயாளிகளிடம் பரவலாகக் காணப்படும்.

ரணம் ஆறாது, சிராய்ப்பு புண்ணாகும்

சர்க்கரை நோயாளிகளின் ரத்தத்தில் அதிக குளுக்கோஸ் இருக்கும்போது காயத்தை ஆற்றும் உடலின் இயல்பான தன்மை மாறுகிறது. காயங்கள் எளிதில் ஆறாது. உடலிலுள்ள செல்கள், நோயின் பாதிப்பினால் மிகவும் மென்மையாக மாறிவிடும். மளமளவென்று நோய்த் தொற்றும் அதிகரிக்கும்.

தோல், சிறுநீர்த்தாரை கிருமித் தொற்று

தோல் அடுக்குகள் பாதிப்படைந்து மெலிந்துவிடும். இதனால் தான் நாள்பட்ட சர்க்கரை நோயாளிகளுக்கு லேசான சிராய்ப்பு ஏற்படும்போதுகூட தோல் உரிந்துபோகிறது.

தோலின் நோய்த் தடுக்கும் திறனை சர்க்கரை நோய் குறைத்து விடுவதால் கிருமித் தொற்றுகள் எளிதாகப் பாதிக்கிறது.

அடிக்கடி சிறுநீர் கழிக்க வேண்டியிருக்கும். இந்நிலையில் பிறப்புறுப்புப் பகுதிகளை சுத்தமாக வைத்துக்கொள்ள தவறும் வாய்ப்புள்ளது. இதனால், அவ்வப்போது நோய்த் தொற்று ஏற்படுவது சகஜம்.

கிருமி தாக்குதல் காரணமாக, ஆண்-பெண் இருவருக்குமே பிறப்புறுப்புப் பகுதிகளில் கொப்புளங்கள் தோன்றக்கூடும். சருமம் வறண்டு நமைச்சல் உண்டாகும்.

ஈறுகள் தேயும், பற்கள் விழும்

ரத்தத்திலுள்ள அதிக சர்க்கரையால் வாயிலுள்ள ஈறுகள் வலுவிழக்கிறது. நோய் எதிர்ப்புத் திறனையும் குறைத்து விடுகிறது.

இதனால், ஈறுகளில் மட்டுமின்றி தாடை எலும்புகளிலும் நோய்த்தொற்று ஏற்படுகின்றன. வாய் துர்நாற்றம், ஈறுகளில் ரத்தக்கசிவு, சீழ்ப்பிடித்தல், பற்கள் ஆடுதல் போன்ற பிரச்னைகள் ஏற்படுகின்றன.

கைகால் வீக்கம், குத்தும் உணர்வு

நீண்ட நாள் சர்க்கரை நோய், நரம்புகளையும் ரத்தநாளங் களையும் வலுவிழக்கச் செய்துவிடும். இதனால், கை, கால் மற்றும் பாதங்களில் எரிச்சல் உணர்வு இருக்கும். ஊசி குத்துவது போன்று உணர்வு ஏற்படும்.

ஜீரணத்தை துரிதப்படுத்தும் நரம்புகள் சேதமடைவதால் எப்போதும் குமட்டல் உணர்வும், நெஞ்சில் ஊசி குத்துவது போன்ற உணர்வும், கூடவே வயிற்றுப்போக்கு அல்லது மலச்சிக்கல் இருக்கும்.

கண் பிரச்னைகள்

ரத்தத்திலுள்ள அதிகமான சர்க்கரை, கண்களிலுள்ள சிறிய நரம்புகளை பாதித்துவிடுகிறது. லென்சுகள் சேதமடை கின்றன. இதனால், பார்வைக் குவியம் தடைபட்டு பிம்பங்கள் தெளிவாகத் தெரியாது.

நீண்ட நாள் சர்க்கரையால் கண் நரம்புகளில் ரத்தக் கசிவு ஏற்படும். நரம்புகளில் தோன்றும் ரத்த ஒழுக்கினால் எந்த அறிகுறியும் இருக்காது. ஆனால், பார்வையில் கருப்பு நிறப்புள்ளிகள் தோன்றினால் ஆபத்து. உடனடியாக சிகிச்சை எடுக்காவிட்டால் சில சமயம் பார்வை இழப்பும் ஏற்படும்.

சர்க்கரையைக் கட்டுப்பாட்டுக்குள் வைத்துக்கொண்டால் இந்தப் பிரச்னையை சரிப்படுத்திவிடலாம்.

பிற அறிகுறிகள்

சர்க்கரையைக் கட்டுப்பாட்டுக்குள் வைத்துக்கொள்ளா விட்டால் உடலில் பல்வேறு பிரச்னைகள் ஏற்படும். ரத்த நாளங்கள் பாதிக்கப்பட்டு மளமளவென்று உடல் உறுப்புகள் ஒவ்வொன்றாகப் பாதிக்கப்படுகின்றன. பெரிய மற்றும் சிறிய ரத்த நாளங்கள் அனைத்தும் பாதிக்கப்படுகிறது. இதுவே பல்வேறு பிரச்னைகளின் ஆணிவேர்.

குறிப்பாக சிறுநீரகச் செயலிழப்பு, இதயச் செயலிழப்பு, பக்கவாதம் போன்றவை வரும். ரத்த சர்க்கரையைக் கட்டுப் பாட்டில் வைத்துக்கொண்டால் பிரச்னைகளைச் சரிசெய்து கொள்ளலாம். கீழ்வரும் சில உபரி அறிகுறிகளையும் தெரிந்துகொள்வது நல்லது.

- திடீர் தலைசுற்றல், மயக்கம்
- தெளிவற்ற பார்வை
- வயிறு உப்புசம்
- பிறப்பு உறுப்புகளில் அரிப்பு
- எப்போதும் தூக்க உணர்வு
- கை, கால்கள் மரத்துப் போதல், மதமதப்பு ஏற்படுதல்
- கை, கால், தொடை இடுக்குகளில் படை வரும். புண் ஏற்படும். நமைச்சல் உண்டாகும்
- நரம்புத் தளர்ச்சி
- ஆண்மைக் குறைவு
- வயிற்றுவலி
- சிறுநீர் போன இடத்தில் பிசுபிசுப்பு, எறும்புகள் மொய்த்தல்
- காதுகளில் அடிக்கடி சீழ் வருதல்
- உள்ளங்கை, உள்ளங்கால்களில் எரிச்சல்

எப்போது சுதாரிக்க வேண்டும்?

மேற்கூறிய அறிகுறிகளில் ஏதோவொன்று அல்லது பல இருப்பதாக உணர்ந்தால், டாக்டரை அணுகி பரிசோதனை செய்வது நல்லது. இந்த அறிகுறிகள் எதுவுமே இல்லாமலும் நோய் உண்டாகும் வாய்ப்பு உள்ளது.

மற்ற நோய்களுக்கு அறிகுறிகள் வெளியே தெரியும். அவற்றைக் கொண்டு தங்களுக்கு இன்ன நோய் வந்திருக் கிறது என அறிந்துகொள்கின்றனர்.

காய்ச்சலாக இருந்தாலும், மூட்டு மற்றும் எலும்பு சம்பந்தப் பட்ட நோய்களாக இருந்தாலும், சிறுநீரகக் கற்கள்

ஏற்பட்டிருந்தாலும் அவற்றுக்கான அறிகுறிகள் தனியாகத் தெரியும்.

சர்க்கரை வியாதிக்கு அப்படி ஒரு நிலை இருக்காது. நோயின் ஆரம்பநிலை அறிகுறிகள் என்று எதையும் சொல்ல முடியாது. நோயின் தாக்கம் உடனடியாகவும் வெளியே தெரியாது. இதனால் நோயானது முற்றி உள்ளுறுப்புகளைப் பாதிக்கும் போதுதான் சர்க்கரை நோய் இருப்பதை பாதிக்கப்பட்ட வர்கள் அறிந்துகொள்கிறார்கள்.

நம் ஊர்களில் மக்களிடையே ஒரு கெட்ட பழக்கம் படிந்து விட்டது. கை, கால் குடைச்சல் என்று சொல்லிக்கொண்டு நாட்டு மருந்துகளையும், மருந்துச் சீட்டு இல்லாமலேயே மருந்துக் கடைகளில் கண்டகண்ட மருந்துகளை வாங்கிச் சாப்பிடுகின்றனர். ஞாபகம் இருக்கட்டும். வலி நிவாரணி களால் நோயின் அறிகுறிகள்தான் மறைக்கப்படுகின்றன. உண்மையான நிலவரத்தைக் கண்டுபிடித்து உடல்நலத்தைப் பேண வேண்டுமென்றால் முறையாக டாக்டர்களை சந்தித்து ஆலோசனை பெறுவதே நல்லது. இது எல்லா நோய்களுக்கு மான ஒரே அட்வைஸ். புரிந்ததா?

சர்க்கரை அபாயம் உள்ளவர்கள் ஆண்டுதோறும் ரத்தப் பரிசோதனை செய்துகொள்ளுங்கள். இது ஒன்றே!

பரிசோதனைகள் பலவிதம்

6

யார் யாருக்கெல்லாம் சர்க்கரை நோய் வருவதற்கான வாய்ப்புகள் உள்ளது என்பதை முந்தைய அத்தியாயங்கள் மூலம் தெரிந்துகொண்டிருப்பீர்கள்.

இருந்தாலும் லேசாக ஞாபகப்படுத்து கின்றேன். கேளுங்கள்.

- பெற்றோர் இருவரும் சர்க்கரை நோயாளிகள் என்றால் பிள்ளைகளுக்கு கட்டாயம் நீரிழிவு வரும். பெற்றோரில் யாருக்கேனும் ஒருவருக்கு மட்டும் இந்த நோய் இருந்தால் வாரிசுக்கு வரும் வாய்ப்பு 40 சதவீதம்.
- பெற்றோரில் ஒருவருக்கும், நெருங்கிய உறவினரில் யாருக்கேனும் ஒருவருக் கும் இந்த நோய் இருந்தால் வாரிசுக்கு வரும் வாய்ப்பு 70 சதவீதம்.
- தொப்பை, இடுப்பைச் சுற்றி கொழுப்பு வளையம், அதிக உடற்பருமன், புகை மற்றும் மதுப்பழக்கம், அடிக்கடி

டென்ஷன் ஆதல் போன்ற பிரச்னை உள்ளவர்கள், மன அழுத்தம் உள்ளவர்கள், அடிக்கடி குழந்தை பெற்றுக் கொள்ளும் பெண்களுக்கும் சர்க்கரை நோய் வரும் வாய்ப்புகள் அதிகம்.

இன்னும் எதற்கு காத்திருக்கின்றீர்கள்? பக்கத்தில் உள்ள லேப்புக்கு நடையைக் கட்டுங்க.

நமக்கு எந்த தொந்தரவும் இல்லை என்பவர்கள் தினசரி உடற் பயிற்சி செய்வதற்கான திட்டமிடலைத் தொடங்குங்கள். கொஞ்சம் கொஞ்சமாக பயிற்சி நேரத்தை அதிகரியுங்கள்.

பரிசோதனைகள்

சர்க்கரை நோய் பரிசோதனைக்கு இப்போதெல்லாம் நேரம் காலம் கிடையாது. வீட்டிலேயேகூட அடிக்கடி செய்து கொள்ளலாம். இதன்மூலம் நோயைக் கட்டுப்படுத்தும் வழி முறைகளில் தேர்ந்துவிடுவீர்கள். அட்லீஸ்ட் தற்காப்புக் காவது ஆகும்.

எப்போது பரிசோதனை தேவை?

நீங்கள் முப்பது வயதைக் கடந்தவர் என்றால் ஆண்டுக்கு ஒருமுறை ரத்தப் பரிசோதனை செய்துகொள்ளுங்கள். சர்க்கரை வியாதிக்காரர் என்றால் மூன்று மாதத்துக்கு ஒரு முறை ரத்தப் பரிசோதனை செய்து நோய் கட்டுக்குள் இருக் கிறதா என்பதைத் தெரிந்துகொள்ளுங்கள்.

ரத்தப் பரிசோதனைக் கருவியை வீட்டிலேயே வாங்கி வைத்துக்கொண்டால் நினைத்த நேரத்தில் சோதனை செய்துகொண்டு நோயை வெகுவாகக் கட்டுப்படுத்தலாம். கருவி வாங்கும் செலவு ஒன்றும் பெரிதாக இருக்காது. வெறும் ஐயாயிரத்துக்குள் நல்ல கருவிகள் கிடைக்கின்றன. ஆண்டுமுழுவதும் செய்யும் செலவுக்கு இது ஒன்றும் பெரிய தொகையில்லை.

உங்களுக்கு சர்க்கரை நோய் இருக்கிறதா என்று இதுவரை தெரிந்து வைத்திருக்காவிட்டால், காலையில் வெறும் வயிற் றில் சர்க்கரைப் பரிசோதனை செய்துகொள்ள வேண்டும். அப்போது ரத்த சர்க்கரை அளவு 60 முதல் 110 மில்லி கிராம்

வரை இருக்கவேண்டும். கூடுதலாக இருந்தால் சர்க்கரை இருப்பதாக அர்த்தம்.

சாப்பிட்டு ஒன்றரை மணிநேரம் கழித்து மீண்டும் ரத்த சாம்பிள் கொடுங்கள். அப்போது ரத்த சர்க்கரை அளவு 120 முதல் 160 மில்லிகிராம் வரை இருந்தால் உங்களுக்கு சர்க்கரை வியாதி இல்லை என்று பொருள்.

எந்தவித அறிகுறிகளும் இல்லாமல் பல ஆண்டுகளாக சர்க்கரை நோய் பாதித்திருக்கக்கூடும். அறிகுறிகள் தெரிய ஆரம் பித்து பரிசோதனை செய்யும்போது தாமதமாகவே நோயை அறிந்துகொள்வீர்கள். எனவே வரும் முன் காப்போம் என்பதற் கேற்ப உடனடியாக பரிசோதனை செய்வது நல்லது.

சிலருக்கு நீண்ட காலமாக சர்க்கரை வியாதி இருந்துவரலாம். நோய் கட்டுப்பாட்டுக்குள் இருப்பதை எவ்வாறு அவர்கள் தெரிந்துகொள்ள முடியும்? கவலை வேண்டாம்.

ஃபாஸ்டிங் ஸுகர் (சாப்பாட்டுக்கு முன் வெறும் வயிற்றில்) 80 முதல் 120 மி.கி. சதவீதம் இருந்தாலும், சாப்பிட்டு இரண்டு மணி நேரம் கழித்து 140 முதல் 160 மி.கி. சதவீதம் அளவில் இருந்தாலும் நோய் கட்டுப்பாட்டுக்குள் இருப்பதை உறுதி செய்யலாம். இந்த அளவைவிட அதிகரித்தால் சர்க்கரை கட்டுப்பாட்டுக்குள் இல்லை எனலாம். மருத்துவர் ஆலோ சனை பெற்றுக்கொள்ளுங்கள்.

நோயாளிகள் பலரும் கேட்கும் பொதுவான சந்தேகம் இது. சர்க்கரை அளவு பல நிலைகளில் இப்படித்தான் இருக்கும் என்று வரையறுக்கப்பட்டிருக்கிறதா? அதை உறுதி செய்ய என்ன வகையான பரிசோதனைகள் உள்ளன?

இதோ என் பதில்.

முதலில் இயல்பான சர்க்கரை அளவைத் தெரிந்து வைத்துக் கொள்ளுங்கள். அதன் பிறகு பரிசோதனைகளைப் பற்றி தெரிந்துகொள்ளுங்கள்.

இயல்பான சர்க்கரை அளவு

16 – வயதுக்கு உட்பட்டவர்கள்

சாப்பிட்டு எட்டு மணி நேரத்தில் - 100 மி.கி.

ஒரு மணி நேரத்தில்	- 180 மி.கி.க்கும் கீழ்
சாப்பிட்டு இரண்டு மணி நேரம் கழித்து	- 120 மி.கி.க்கும் கீழ்

பதினாறு வயதுக்கு மேற்பட்டவர்கள்

சாப்பிட்டு எட்டு மணி நேரத்தில்	- 115 மி.கி.க்கும் கீழ்
ஒரு மணி நேரத்தில்	- 180 மி.கி.க்கும் கீழ்
சாப்பிட்டு இரண்டு மணி நேரம் கழித்து	- 120 மி.கி.க்கும் கீழ்

கர்ப்பிணிகள்

சாப்பிட்டு எட்டு மணி நேரத்தில்	- 90 மி.கி.க்கும் கீழ்
ஒரு மணி நேரத்தில்	- 170 மி.கி.க்கும் கீழ்
சாப்பிட்டு இரண்டு மணி நேரம் கழித்து	- 145 மி.கி.க்கும் கீழ்

இதுதான் ரத்தத்தில் இயல்பாக இருக்கவேண்டிய சர்க்கரையின் அளவு.

குளுக்கோஸ் டாலரன்ஸ் டெஸ்ட் (ஜி.டி.டி.)

சர்க்கரை ஏற்பு சோதனை என்கிற ஜி.டி.டி. பரிசோதனையை மூன்று கட்டங்களாக மேற்கொள்வார்கள். முதலில் வெறும் வயிற்றில் ரத்த சாம்பிள் எடுக்கப்படும்.

பின்னர் 75 கிராம் குளுக்கோஸை தண்ணீரில் கலந்து குடிக்கக் கொடுத்து ஒரு மணி நேரம் கழித்து பரிசோதிப்பார்கள். இறுதியாக அடுத்த ஒரு மணி நேரம் கழித்து ரத்த சாம்பிள் எடுப்பார்கள். இந்த மூன்று கட்டங்களையும் இரண்டு மணி நேரத்தில் செய்து முடிப்பார்கள். இந்த பரிசோதனை நம்பகமானது.

உங்களுக்கு சர்க்கரை நோய் இருக்கிறதா இல்லையா என்பதைத் துல்லியமாகக் காட்டிக் கொடுப்பதோடு சர்க்கரை அளவையும் மிகச் சரியாக கணித்துவிடலாம்.

சர்க்கரை ஏற்றப்பட்ட ரத்த சிவப்பணு பரிசோதனை

இது ஒரு நவீன பரிசோதனை முறை. ரத்தச் சிவப்பு அணுக்களிலுள்ள இரும்புப் புரதம் (Haemoglobin), சர்க்கரையுடன் இணைந்து நிரந்தர மாற்றத்துக்குள்ளாகிறது. அந்தச் சிவப்பணுக்களின் ஆயுட்காலம் சுமார் 3 மாதங்கள். சர்க்கரை நோயால் பாதிக்கப்பட்ட சிவப்பணுக்கள் மறையும் வரை பாதிப்பும் நீடிக்கும். உட்கொள்ளும் உணவாலோ, மருந்துகளாலோ, உடற்பயிற்சியாலோ வேறுவிதமாக மாறாமல், மறையாமல் அப்படியே ரத்தத்தில் இருக்கும். இதை வைத்து ஒருவருக்கு சர்க்கரை இருக்கிறதா இல்லையா என்பதைக் கண்டறியலாம்.

நீரிழிவை உறுதிசெய்துகொள்ள மிகவும் நம்பகமான பரிசோதனை இது. மூன்று மாதத்துக்கு ஒருமுறை பரிசோதனை செய்துகொள்வதன் மூலம் சர்க்கரை கட்டுக்குள் இருக்கிறதா என்பதை நீரிழிவு நோயாளிகள் அறிந்துகொள்ள முடியும்.

கர்ப்பிணிகளுக்காக

ஒவ்வொரு மாதமும் பெண்ணின் கரு வளர்வதால் தாய்க்கு அதிக ஊட்டம் தேவைப்படுகிறது. சத்து நிறைந்த ஆகாரங்கள் சாப்பிடுவதால் ரத்த அளவும் அதிகரிக்கிறது. இன்சுலின் சுரப்பும் அதிகரிக்கிறது. எனவே, மூன்று மாதத்துக்கு ஒரு முறை வீதம் குழந்தை பிறக்கும்வரை கர்ப்பிணிகள் சர்க்கரை வியாதிக்கான பரிசோதனையை மேற்கொள்ளவேண்டும். இதனால் கர்ப்பத்துக்கு எந்த பாதிப்பும் இருக்காது.

- குறிப்பாக, கர்ப்பம் தரித்த பதினாறாவது வாரம் (நான்காம் மாதம்)
- இருபத்து நான்காம் வாரம் (ஆறாம் மாதம்)
- முப்பத்திரண்டாவது வாரம் (எட்டாம் மாதம்)

இந்த வாரங்களில் கண்டிப்பாக ரத்த சர்க்கரைப் பரிசோதனை செய்துகொள்ள வேண்டும்.

சர்க்கரை அதிகமாக இருந்தால்...

கர்ப்ப காலத்தில் ஊசி மருந்து போட்டுக்கொள்ளக் கூடாது எனக் கூறப்படுவதைக் கேள்விப்பட்டிருப்பீர்கள். ஆனால்,

இன்சுலின் ஊசியை கர்ப்பிணிப் பெண் போட்டுக்கொள்வதால் குழந்தைக்கு எவ்வித பாதகமும் நேராது. அதே நேரத்தில், மாத்திரை எடுத்துக்கொள்வதைப் பற்றி உங்கள் மருத்துவரிடம் கலந்தாலோசிக்க வேண்டும். சந்தேகங்கள் எதுவாயினும் தயங்காமல் மருத்துவரை அணுகி ஆலோசனை பெறுங்கள். முதல் கர்ப்பத்தின்போது சர்க்கரை நோய் ஏற்பட்டால் மீண்டும் கர்ப்பமாகும்போதெல்லாம் தொடர வாய்ப்புள்ளது.

முதல் பிரசவத்தின்போது சர்க்கரை நோய் இல்லாமல் இருந்திருக்கலாம். இரண்டாவது குழந்தையைக் கருத்தரிக்கும்போது சர்க்கரை நோய் ஏற்படுவது பயப்படக்கூடிய விஷயம் அல்ல.

சில பெண்கள் பிரசவத்துக்குப் பிறகு உடல் நலன் மீது அக்கறை காட்டுவதில்லை. இதனால், எடைகூடி குண்டாகி விடுவார்கள். உடல் பருமனால் சர்க்கரை வியாதி ஏற்படும் என்பதால் உடற்பயிற்சி செய்து சர்க்கரையை கட்டுக்குள் வைத்துக்கொள்ள வேண்டும்.

பாகம் - இரண்டு

- பொதுவான பாதிப்புகள்
- நாள்பட்ட பாதிப்புகள்
- பராமரிப்பு
- உணவுக் கட்டுப்பாடு - உடற்பயிற்சி
- கேள்வி - பதில்

நீரிழிவு அறிகுறிகள் மற்றும் பாதிப்புகள்

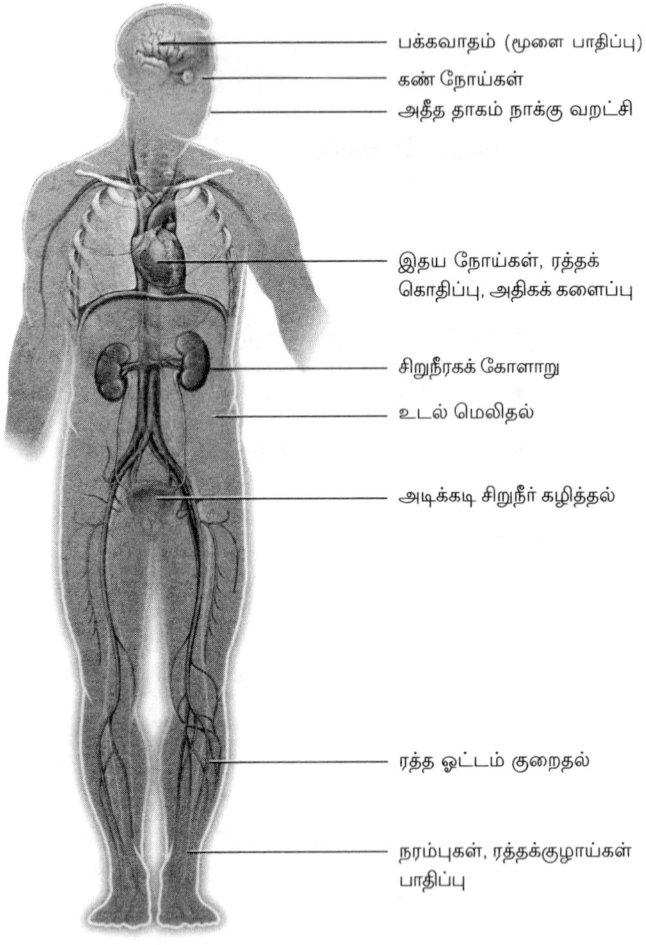

உடலில் உண்டாகும் 'ஷார்ட் சர்க்யூட்'

7

சர்க்கரை நோயால் உடலில் பல்வேறு பாதிப்புகள் உண்டாகின்றன. குறிப்பாக ரத்தநாளங்கள் வெகுவாக பாதிக்கப் படுகின்றன. ரத்தநாளங்களில் இரண்டு விதமான பாதிப்புகள் ஏற்படுகின்றன. இவற்றை நுண்ணிய ரத்தக் குழாய் பாதிப்புகள், பெரிய ரத்தக்குழாய் பாதிப்பு கள் என வகைப்படுத்தலாம்.

நோயின் தொடக்கத்தில் குளுக்கோஸ் அளவு ரத்தத்தில் அதிகரிப்பதால் ரத்தக் குழாய்கள் சேதமடைகின்றன. சரியான ரத்தஓட்டம் உள்ளுறுப்புகளுக்குக் கிடைக் காததால் ஒவ்வொரு செல்லும் பாதிக்கப் படுகின்றன. இதனால் உறுப்புகள் செயல் இழக்கின்றன.

ரத்தக்குழாய் சுருங்குதல்

சர்க்கரை வியாதியின் ஆரம்பநிலையில் இன்சுலின் சுரப்பு இருந்தாலும்கூட அது முழுத்திறனுடன் வேலை செய்யாது. இதனால் கல்லீரலில் கொழுப்புச் சத்தைப்

பிரிக்கும் செயல்பாட்டில் சுணக்கம் ஏற்படுகிறது. சிறிது சிறிதாகப் பிரச்னைகள் தொடங்கி, ரத்தத்தில் கெட்ட கொழுப்புகள் அதிகரிக்க ஆரம்பிக்கும்.

இந்த கொழுப்புகள், பற்களின் மீது படியும் மஞ்சள் நிறக் காரைகளைப் போல ரத்தநாளச் சுவர்களில் படிகின்றன. குழாய்களின் உட்புறச் சுற்றளவு மெல்ல குறுக ஆரம்பிக்கும். நாளடைவில் அந்த வழியே ரத்தப் போக்குவரத்து சரியாக நடக்காத அளவுக்கு ரத்த குழாய்கள் சுருங்கிவிடும். அது மட்டுமல்ல. ரத்த ஓட்டம் இல்லாததால், செல்களுக்கு குளுக்கோஸை வழங்கும் ரத்த நாளங்களின் முனைப் பகுதிகளான தந்துகிகள் (கேபில்லரி) பாதிக்கப்படும்.

சர்க்கரையால் இவற்றின் நுனிப்பகுதிகள் விரிவடைந்து அல்லது சிதைந்து சேதமடைந்து விடுவதால் ரத்தக் கசிவு ஏற்படும். பிறகு அவை அழிந்து போகின்றன. இதனால் விரும்பத்தகாத விளைவுகள் உருவாகும்.

இவ்வாறு ரத்தக் குழாய்கள் சிதைந்து சுருங்குவதால் ரத்த அழுத்தம் அதிகமாகும்.

பெரிய ரத்த நாளங்களான இதய தமனிகளில் ஏற்படும் மாற்றங்களால் மாரடைப்பு ஏற்படக்கூடும். மூளை ரத்த நாளங்கள் பாதிக்கப்படுவதால் பக்கவாதம், கை,கால்களில் உள்ள ரத்த நாளங்கள் பாதிப்பதால் தசை அழுகல் நோய் ஏற்படுகிறது.

வளர்சிதை மாற்றம் அல்லது ரத்தநாள மாற்றங்களால் ஏற்படும் நரம்பு பாதிப்பால் கை, கால்களில் தொடு உணர்வு மாற்றமும், தசை இயக்கு சக்தி குறைவும் ஏற்படுகிறது.

ஆணுறுப்புக்கு ரத்த ஓட்டம் செல்லாதபட்சத்தில் அங்குள்ள நரம்புகள் பாதிக்கப்பட்டு ஆண்மைக்குறைவு ஏற்படும்.

நரம்புகள் சரியாக வேலை செய்யாவிட்டால் செல்களில் இருந்து மூளைக்கு சரியான தகவல்கள் சென்றடையாது. தொடு உணர்வைக் கடத்தும் நரம்புகளின் முனைகள் அழுகுவதால் மரத்துப் போன உணர்வு ஏற்படும்.

சிறுநீரகக் கோளாறு

சர்க்கரை வியாதி ஒவ்வொரு உறுப்பையும் கொஞ்சம் கொஞ்சமாக பாதிக்கும். சிறுநீரகத்தின் ரத்தக் குழாய்களில் விரிசல், அடைப்பு, சிதைவு, ரத்தக்குழாய் தடித்தல் போன் றவை படிப்படியாக ஏற்படும். சிறுநீரகத்துக்குச செல்லும் ரத்தக்குழாய் பாதிக்கப்பட்டால் ரத்த அழுத்தம் வேகமாக உயர்ந்துவிடும். மருந்துகளால் அதை சுலபத்தில் கட்டுப் படுத்த முடியாது. சிறுநீரகம் பழுதடையவும், சரிவர வேலை செய்யாமல் சுருங்கவும் வாய்ப்பிருக்கிறது. ஒருகட்டத்தில் சிறுநீரகங்கள் பழுதடையும்.

ரத்த நாள பாதிப்புகள் ஆரம்பத்தில் வெளியே தெரி வதில்லை.

சில உறுப்புகள் செயல் இழக்கத் தொடங்கும்போது உண் டாகும் அறிகுறிகளை வைத்து புரிந்துகொள்ள வேண்டும். உடனடி சிகிச்சை எடுக்க வேண்டும்.

உதாரணமாக, தலை சுற்றுகிறது, கண்கள் இருட்டிக் கொண்டு வருகின்றன, வார்த்தைகள் சரியாக வராமல் உளரும் நிலை உண்டாகிறது, பேச்சு தடைபட்டுப் போகிறது, கை கால்கள் மற்றும் உறுப்புகள் செயலிழந்துபோகின்றன என வைத்துக் கொள்ளுங்கள். மூளைக்குச் செல்லும் ரத்த ஓட்டத்தில் தடை ஏற்பட்டுள்ளதைத் தெரிந்துகொள்ளலாம். இந்த பாதிப்பால் பக்கவாதம் வந்துவிடும்.

கைகால்கள் மரத்துப்போதல், தசைகள் நலிவடைதல், நடக்கும் போது கைகால்களில் கடுமையான வலியும் சோர்வும் இருத்தல், கொஞ்ச தூரம் நடந்துவிட்டு அதற்கு மேல் எடுத்தடி வைக்க இயலாமல் அமர்ந்து ஓய்வெடுத்து விட்டு பிறகு ஒரு நூறு மீட்டர் தூரம் மட்டுமே நடத்தல் போன்ற பிரச்னை இருந்தால் இரு கால்களில் இருக்கும் ரத்த நாளங்கள் பாதிக்கப் பட்டிருக்கின்றன என்பதைத் தெரிந்துகொள்ளலாம்.

ரத்த நாளங்கள் பாதிக்கப்பட்ட இடத்தில் சரியான ரத்தப் போக்கு இல்லாததால் உறுப்புகள் கறுப்பாகும். சில சமயம் ரத்த ஓட்டமே கொஞ்சம்கூட இல்லாவிட்டால் அந்தப் பகுதியிலுள்ள உறுப்புகள் செயலிழந்துவிடுவதால் அவற்றை அசைக்கவோ, ஆட்டவோ முடியாது.

ரத்த நாளங்களின் இன்னொரு முக்கிய வேலை ரத்தத்தின் வழியாக ஆக்சிஜனை எடுத்துச் செல்வது.

ரத்த நாள பாதிப்பு ஏற்பட்டால் இந்த வேலை தடைபடும்.

ஆக்சிஜன் கிடைக்காத உறுப்பின் செயல்திறன் குறைந்து கழிவுப் பொருள்கள் அங்கேயே தேங்கத் தொடங்கும். இதனால் வீக்கம், வலி, உறுப்புகள் பழுதடைதல், அங்குள்ள திசுக்கள் உயிரிழந்து விடுதல் போன்றவை நடக்கும்.

ஒருமுறை திசு அழிந்துவிட்டால் மறுமுறை உயிர் பெறாது. அவற்றில் தேங்கும் கழிவுப் பொருள்கள் நுரையீரல், சிறு நீரகம், கல்லீரல் போன்ற உறுப்புகளைத் தாக்கி பழுதடையச் செய்யும். இதனால் உயிருக்கு ஆபத்து நேரிடும்.

சர்க்கரை நோயுடன் அதிக ரத்த அழுத்தம் உள்ளவர்களுக்கு திடீரென ரத்த அழுத்தம் உயரும்போது, சிறுநீரகத்தின் நாளங்கள் சுருங்கி பாதிக்கப்பட்டிருப்பதைத் தெரிந்து கொள்ளலாம்.

ரத்த நாள பாதிப்புகளால் காலில் நரம்புகள் புடைத்துக் கொள்ளும். மேற்சொன்னது போன்ற பல்வேறு பிரச்னை களும், சர்க்கரை நோயின்போது ரத்த நாளங்கள் அழுகுவதும் ஏற்படும்.

இவையெல்லாம் பொதுவாகத் தோன்றக்கூடிய சர்க்கரை நோய் விளைவுகள். ரத்தத்தில் சர்க்கரை அளவு கட்டுக்குள் உள்ளவரை இந்த விளைவுகள் தலைகாட்டாது. ஆனால், நீண்டநாள்களாக கட்டுக்குள் இல்லாத சர்க்கரை நோயால் என்னென்ன பாதிப்புகள் வரும் தெரியுமா? அடுத்தடுத்த அத்தியாயங்களைப் புரட்டுங்கள்.

தாழ் சர்க்கரை

8

சர்க்கரை நோயாளிகளுக்கு ஏற்படும் மோசமான, உயிரையே பறிக்கக்கூடிய ஒரு விளைவை தாழ்சர்க்கரை அல்லது ஹைபோகிளைசீமியா என்கிறார்கள். திடீரென்று ரத்தத்தில் சர்க்கரை குறைவதால் இப்பிரச்னை ஏற்படுகிறது.

டைப்-1 சர்க்கரை நோயாளிகள் ஒவ்வொரு வாரமும் ஒன்று அல்லது இரண்டு முறை ஹைபோகிளைசீமியா என்ற பிரச்னையால் அவதிப்படுகிறார்கள்.

ஹைபோகிளைசீமியா ஏன் ஏற்படுகிறது?

சில வேளைகளில் இயல்புக்கு மாறாக உணவை குறைவாக உண்ணும்போது அல்லது எதிர்பாராத உடற்பயிற்சி செய்யும் போது அல்லது இருவேளை சாப்பாட்டுக்கு இடையே அதிக இடைவெளி விடும்போது உடலில் சர்க்கரை திடீரென்று குறைகிறது.

கூடுதல் டோஸ் இன்சுலின் ஊசி போடுதல், குறைவான சர்க்கரை இருக்கும்

போது இன்சுலின் அதிகமாகச் சுரத்தல், அதிகமான உடற் பயிற்சி, கார்போஹைட்ரேட் குறைவான உணவு சாப்பிடு தல், வெறும் வயிற்றில் மது அருந்துதல் போன்றவையும் தாழ் சர்க்கரை நிலைக்கு காரணமாகின்றன.

டைப்-2 வகை சர்க்கரை நோயாளிகளிடத்தில் இந்த பாதிப்பு மிகக்குறைவாகவே காணப்படுகிறது.

பொதுவாக, நண்பகல் 11-12, மாலை 4.30 முதல் 6.30 வரை, நடு இரவில், கடும் உடற்பயிற்சி செய்யும்போது ஏற்படு கிறது.

அறிகுறிகள்

முதலில் குளிர்ந்த வியர்வை உண்டாகும். களைப்பு தோன்றும், கைகளில் நடுக்கம் ஏற்படும். இதயம் படபடவென அதிக வேகத்தில் துடிக்க ஆரம்பிக்கும். மனக்குழப்பம் ஏற்படும்.

இதைத் தொடர்ந்து தலைவலி, கண் பார்வை மங்குதல், தனது இயல்பான நிலையிலிருந்து வேறுபட்டு செயல்படுதல், குழப்பம், சுயநினைவை இழத்தல், மயங்கி விழுதல் போன்ற பிரச்னை தோன்றும்.

முன்னெச்சரிக்கை

தாழ்சர்க்கரை நிலை வரும் வாய்ப்புள்ளவர்கள் முன் எச்சரிக்கை நடவடிக்கைகளில் ஈடுபடுவது அவசியம்.

சாக்லேட், கற்கண்டு, சர்க்கரை, தேன் போன்றவை எப் போதும் கைவசம் வைத்திருக்க வேண்டும்.

ஹைபோகிளைசீமியாவின் அறிகுறிகளை உணர்ந்தவுடன் அவற்றைச் சாப்பிட வேண்டும். தவறினால், திடீர் மயக்கம் ஏற்பட்டு நினைவிழக்கும் அபாயம் உண்டு. கோமா நிலைக் கும் ஆளாகலாம்.

வெறும் வயிற்றில் இன்சுலினை எடுத்துக்கொள்ளும்போது, ஹைபோகிளைசீமியா பிரச்னை ஏற்படலாம். எனவே, இதைப் பற்றி எப்போதும் மருத்துவரிடம் கலந்து ஆலோசனை செய்து பிரச்னையை சமாளிக்கத் தயாராக இருக்கவேண்டும்.

ஹைபோகிளைசீமியா பிரச்னையை தவிர்ப்பதைத் தலையாயக் குறிக்கோளாக வைத்து, அதிக ரத்த சர்க்கரையை பெற்றுக்கொண்டதும் நீங்கள் குணமடைந்துவிட்டதாகக் கருதிவிடக் கூடாது. ஹைபோகிளைசீமியா எதிர் விளைவுகளுக்கு அதிக ரத்த சர்க்கரை காரணமாக இருக்கலாம். இதனால் கடுமையான பிரச்னைகளும் உண்டாகலாம். எனவே, மருத்துவரை அணுகி பிரச்னையை போக்குவதற்கான தீர்வைப் பெறவேண்டும்.

ஹைபோகிளைசீமியா பிரச்னையால் பாதிக்கப்பட்டவர் விரைந்து நலம்பெற அவசர சிகிச்சை முக்கியம். தாழ் சர்க்கரை அறிகுறிகள் தெரிந்தவுடன் உடனடியாக இரண்டு கட்டி சர்க்கரை அல்லது இரண்டு தேக்கரண்டி சர்க்கரை அல்லது குளுக்கோஸ் போன்றவற்றை நீரில் கலந்து குடிக்கவும்.

உடனடியாக அறிகுறிகள் மறைந்துவிட்டால் உங்கள் பிரச்னை சரியாகிவிட்டது என்று பொருள். நீடித்தால் மேலும் கூடுதல் சர்க்கரையைப் பயன்படுத்துங்கள்.

ஹைபோகிளைசீமியா அறிகுறிகள் தென்படத் துவங்கிய உடனே, நீங்கள் செய்யும் வேலையிலிருந்து, இயந்திரங்களை இயக்குவதிலிருந்து, வாகனம் ஓட்டுவதில் இருந்து விலகிக்கொள்ளுங்கள். இல்லாவிட்டால் உங்களுக்கு ஆபத்து நேரிட அதிக வாய்ப்பு உண்டு.

கண்களை உற்றுப்பார்

9

கண்களைத்தான் சர்க்கரை நோய் மிக மோசமாகப் பாதிக்கிறது. கண்களின் எல்லா பகுதிகளும் பாதிப்புக்குள்ளாகின்றன. நாள்பட்ட சர்க்கரை நோய் பாதிப்பில் கண்கள்தான் முதலிடம் பெறுகின்றன. கண்களின் பின்புறம் அமைந்துள்ள விழித்திரையில் ஏற்படும் பாதிப்பு பார்வைக்கே ஊறு வைத்துவிடுகிறது.

இதை, டயாபடிக் ரெடினோபதி என்று அழைக்கின்றனர். சர்க்கரை நோயாளிகளிடம் பரவலாகக் காணப்படும் பாதிப்பு இது. கண்களைக் குருடாக்கிவிடக்கூடிய இந்த விபரீதம் இருவிதமாக ஏற்படுகிறது.

டயாபடிக் ரெடினோபதி காரணமாக விழித்திரையில் உள்ள ரத்தக் குழாய்களில் கசிவு ஏற்படுகிறது. இதனால், பார்வை பாதிக்கப்படலாம். கண்ணில் பார்வைக்குரிய மையப் பகுதியில் உள்ள ரத்தக் குழாய்களிலும் ரத்தக்கசிவு ஏற்பட வாய்ப்பு உள்ளது. இதனாலும் பார்வை பாதிக்கப்படுகிறது.

விழித்திரை பாதிப்பு :

கண்ணின் பின்புறம் அமைந்துள்ள விழித்திரை, நாம் பார்க்கும் பொருள்களின் பிம்பங்களை கிரகித்துக்கொள்ளும் ஒரு நுட்பமாக பகுதி. விழித்திரையில் ஏற்படும் பாதிப்பு மெல்ல அதிகரித்து ஒருகட்டத்தில் பார்வை இழப்பு ஏற்படக் கூடும். இந்த அபாயத்தை லேசர் சிகிச்சை மூலம் தவிர்க்க முடியும். ஆனால், இதில் ஒரு பிரச்னை இருக்கிறது. பார்வை போகக்கூடிய அபாய கட்டம் வரும்வரை இந்த விபரீதத்தை சர்க்கரை நோயாளிகளால் உணர்ந்துகொள்ள முடியாது. டயாபடிக் ரெடினோபதி நிலை ஏற்பட்டுவிட்டால், கண் பார்வையை மீட்பதற்கு எந்த மருத்துவ சிகிச்சையும் பயன்படாது.

நாள்பட்ட சர்க்கரை நோயால் பாதிப்பட்டவர்களுக்கு இந்த விழித்திரை பாதிப்பு அபாயம் மிக அதிகமாக உள்ளது. தற்போது சர்க்கரை நோயாளிகளிடம் பெருகிவரும் விழிப் புணர்வு காரணமாக, தங்களுக்கு சர்க்கரை நோய் இருப்பதைத் தெரிந்துகொண்ட உடனேயே, கண் பரிசோதனையும் செய்து கொள்ள முன்வருவது பாராட்டத்தக்கது. இந்தப் பாதிப்பைப் பற்றி அசட்டையாக இருப்பவர்கள் ஒரு கட்டத்தில், பார்வையை இழந்துவிடுவார்கள்.

சர்க்கரை நோய் ஏற்பட்டுவிட்டாலே, கண் பார்வை பறி போய்விடும் என்று நினைப்பது தவறு. இந்த சிந்தனையில் இருக்கும் சிலர்தான் பெரும்பாலும் கண் பரிசோதனையை அலட்சியப்படுத்துகின்றனர். சர்க்கரை நோயினால், விழித்திரைக்கு ஏற்படும் பாதிப்பை சற்று விரிவாக இங்கு சொல்லவேண்டி இருக்கிறது.

- முற்றிப் பரவி வளரும் டயாபடிக் ரெடினோபதி
- பரவிப் பெருகும் அளவுக்கு முற்றாத டயாபடிக் ரெடினோபதி

விழித்திரை பாதிப்பின் ஆரம்ப நிலைகளில் சிறிய பலூன் போன்ற மைக்ரோ அன்யூரிஸம் அல்லது புள்ளிகள் தோன் றும். கண்களில் ரத்தக் கசிவுகள் தென்படும். அடுத்தகட்ட மாக, இந்த ரத்தப் புள்ளிகளில் இருந்து கொழுப்புச் சத்து நிறைந்த ரத்தக் கசிவு பாய்ந்து விழித்திரையில் படர்கிறது.

இந்த பாதிப்பின் தொடக்க நிலையில் சிறப்பான சிகிச்சை முறைகள் எதுவும் தேவைப்படாது. சர்க்கரை நோயைக் கட்டுப்பாட்டுக்குள் வைத்தால் போதும். கொஞ்சம் அசந் தாலும், ரத்த சர்க்கரை அளவு கூடி, விழித்திரையில் விபரீத விளைவுகளை ஏற்படுத்திவிடும். இந்த பாதிப்பைப் பற்றி எச்சரிக்கும் ஓர் நிலைதான், கண்களில் ரத்தப் புள்ளிகள் தோன்றுவது. எனவே, ரத்தத்தில் சர்க்கரையின் அளவை எப்போதும் அதிகரிக்காமல் பார்த்துக்கொள்ளுங்கள்.

அடிக்கடி கண் பரிசோதனை செய்துகொண்டு, பிரச்னைக்கு ஏற்ப தேவையான சிகிச்சையை மேற்கொள்வது மிகவும் அவசியம். ஒருசிலருக்கு, இதுபோன்ற ரத்தக் கசிவின்போது, விழித்திரையின் மையப்பகுதியான மேகுலா என்ற பகுதியில் திரவங்கள் போய் தங்கிவிடுகின்றன. நாம் பார்க்கும் காட்சி கள் இந்த மேகுலா பகுதியில்தான் 'உணரப்படுகின்றன". இந்தப் பகுதியில், திரவக் கசிவு போய் தங்குவதால், கண் ணில் பனி படருவதுபோல் தோன்றும். பார்வை தெளிவாக இருக்காது. இந்த நிலையை, மேகுலோபதி என்று சொல் வார்கள்.

பாதிக்கப்பட்ட நோயாளிகள், நாளடைவில் கண் பார் வையை முழுமையாக இழக்க நேரிடும். மேகுலோபதி என்ற நிலையை எட்டிய நோயாளிகளுக்கு சர்க்கரை நோயைக் கட்டுப்படுத்தினால் மட்டும் பயன் ஏற்படாது. அவர்களது கண்ணின் விழித்திரையில் ஏற்பட்ட ரத்தக் கசிவை லேசர் ஃபோட்டோகோயாகுலேஷன் என்ற சிகிச்சை மூலம் உடனடியாகத் தடுத்து நிறுத்த வேண்டும். இந்த சிறப்புச் சிகிச்சையை மேற்கொள்ளாவிட்டால், பார்வை பறிபோவது உறுதி.

மேகுலோபதி என்ற நிலை மோசமாகும்போது, கண்களில் ஒரு விந்தை ஏற்படுகிறது. விழித்திரைக்குத் தேவைப்படும் அளவு ஆக்ஸிஜன் கிடைக்காமல் சிரமம் ஏற்படும். இதற்கு ஹைபாக்ஸியா என்று பெயர். இதனால், விழித்திரை பாதிப்பு மேலும் அதிகமாகும். விழித்திரைக்கு செல்லும் ரத்தம் தடைபடுகிறது. இதை ஈடுசெய்யும் வகையில், புதிய ரத்தக் குழாய்கள் உருவாகின்றன. ஏற்கெனவே அமைந்துள்ள ரத்தக் குழாய்களில் இருந்து இவை உருவாகின்றன. இவற்றின் சுற்றுச்சுவர்கள் மிகவும் பலகீனமாக இருக்கும். எளிதில்

உடைந்து, நொறுங்கிவிடும் தன்மை கொண்டவை. இவற்றின் வழியாகப் பாயும் ரத்தம், கசிந்து கண்ணுக்குள் பாய்ந்துவிடும் அபாயம் உள்ளது.

ஹைபாக்ஸியா பாதிப்புக்கு உள்ளான பகுதிகளை, ஆக்ஸிஜன் தேவைப்படாத பகுதிகளாக லேசர் ஃபோட்டோ கோயாகுலேஷன் சிகிச்சை மாற்றிவிடுகிறது. இதனால், புதிய ரத்தக் குழாய் அங்கு உருவாகும் உந்துதல் குறைகிறது.

பரிசோதனையின்போது, இதுபோன்ற புதிய ரத்தக் குழாய்கள் தோன்றியிருப்பது தெரிந்தால், உடனடியாக லேசர் சிகிச்சை மூலம் அவற்றை அகற்றிவிட வேண்டும். இதற்குத்தான், சர்க்கரை நோயாளிகள் கண் பரிசோதனை செய்து கொள்ள வேண்டும் என்று அறிவுறுத்தப்படுகின்றனர்.

புதிய ரத்தக் குழாய்கள் எப்போது தோன்றும் என்று தெரியாத பட்சத்தில், எதிர்பாராதவிதமாக அவை வெடித்து பார்வை இழப்பு நேரலாம்.

ஆண்டுக்கு இருமுறை அவசியம் கண் பரிசோதனை செய்து கொள்ளுங்கள். கண் பார்வை இழப்புக்கான சாத்தியக்கூறுகளை இந்தச் சோதனைகள் தவிர்க்கின்றன. பரிசோதனையின்போது பெரிய, சிறிய எழுத்துகளைப் படிக்க முடிகிறதா என்பதை உறுதிசெய்துகொள்ளுங்கள். கண்களில் உள்ள அழுத்தத்தையும் (க்ளூகோமா) அறிந்துகொள்ளுங்கள்.

சொட்டு மருந்து விட்டு விழிகளை விரிவடையச் செய்தால்தான், விழித்திரையில் ஏற்பட்டு பாதிப்புகளைத் துல்லியமாகத் தெரிந்துகொள்ள முடியும். தேவைப்பட்டால், விழித்திரையை பிரத்யேக புகைப்படம் எடுத்து தெரிந்து கொள்ளலாம். இந்தப் புகைப்படத்தால், கண்களுக்கு எந்தப் பாதிப்பும் ஏற்படாது. சொட்டு மருந்து போட்டு பரிசோதனைகள் செய்த பிறகு, மங்கலான பார்வை, காட்சிகள் இரண்டு இரண்டாகத் தெரிவது என்பது போன்று கண்களில் சில அசௌகரியங்கள் இருக்கும். சிறிது நேரத்தில் தெளிவாகிவிடும்.

கிட்டப்பார்வை உள்ளவர்களுக்கு விழித்திரை பாதிப்பு அதிகமாக ஏற்படும். விழித்திரை பாதிக்கப்பட்டவர்களுக்கு மின்னல் வெட்டுவது போல் பளிச் பளிச் என்று வெளிச்சம் தெரிதல், புள்ளி புள்ளியாக நிறைய பூச்சி பறப்பது போல் கண்

முன்னே தெரிதல், திரைபோட்டு பார்வையை மறைப்பது போன்ற அறிகுறிகள் இருக்கும்.

நீரழுத்த நோய்

கண்களில் அழுத்தம் உண்டாகி பார்வை நரம்புகளைப் பாதித்து பார்வைக் குறையை உண்டாக்கும் நோய்தான் நீரழுத்த நோய். இதை க்ளூகோமா என்பார்கள். இதில் இருபதுக்கு மேற்பட்ட வகைகள் இருந்தாலும், நான்கு முக்கிய வகைகள் அதிக பாதிப்பை ஏற்படுத்துபவை.

தீவிரமான க்ளூகோமா, நீடித்த க்ளூகோமா, பிறவியிலிருந்து வரும் க்ளூகோமா ஆகியவை முக்கியமானவை. இவை எல்லாமே கருவிழியில் அழுத்தத்தை உண்டாக்கும்.

கண்ணிலுள்ள நீர் சரியான முறையில் வடியாதபோது அதிக அழுத்தம் உண்டாகிறது. இதனால் கண் நரம்பு மற்றும் ரெட்டினாவின் இணைப்புப்பகுதியில் அழுத்தம் அதிகரித்து, மூளைக்குக் காட்சிகளைக் கொண்டுசெல்லும் கண் நரம்பு களுக்குச் செல்லும் ரத்த ஓட்டத்தைத் தடுக்கிறது.

நீடித்த கண் அழுத்த நோயினால் ரத்தஓட்டக் குறைவு அதிகரித்து கண் நரம்புகள் இறக்க நேரிடுகிறது. இதனால், பார்வையில் கருப்புப் புள்ளிகள் விழுகின்றன. முதலில் பக்கவாட்டுக் காட்சிகள் மங்கலாகத் தெரியும்.

அறிகுறிகள்

கண்களில் வலி, பார்வை இரட்டிப்பு, முகவலி, கண் சிவத் தல், குமட்டல், பார்வை மங்கலாகத் தெரிதல், நிறமாலை யில் நிறம் தெரியாமல் காட்சிகள் கருப்பு வெள்ளையாகத் தெரிதல் ஆகியவை முக்கிய அறிகுறிகள் ஆகும்.

நோய் அறிதல்

கண் அழுத்தம் அதிகமாகி மெல்ல மெல்ல நரம்புகளை தளரச் செய்கிறது. முதலில், இந்தத் தளர்வு கண் நரம்பின் ஓரப் பகுதிகளில் ஏற்படுகிறது. இதனால் ஏற்படும் பார்வை இழப்பும் ஓரப்பகுதிகளில்தான் இருக்கும். இந்த வியாதியை ஆரம்ப நிலையில் கண்டறிந்து கட்டுப்படுத்த வேண்டும்.

நாற்பது வயதுக்கு மேற்பட்டவர்களை அதிகமாகத் தாக்கும் என்பதால், நாற்பது வயது கடந்தவர்கள் ஆண்டுக்கு ஒரு முறை கண் பரிசோதனை மேற்கொள்ள வேண்டும்.

சர்க்கரை நோய் பரம்பரையாக வருகிறது. அதேபோல், குடும்பத்தில் ஒருவருக்கு க்ளூகோமா இருந்தால் அவருக்கு ரத்த சம்பந்தப்பட்டவர்கள் இந்த நோயால் பாதிக்கப்படும் வாய்ப்புகள் அதிகம். எனவே, குடும்பத்தினர் அனைவரும் பரிசோதனை மேற்கொள்ள வேண்டும்.

சர்க்கரையும் செக்ஸ் குறைபாடுகளும்

10

நாள்பட்ட சர்க்கரை நோயால் ஏற்படக் கூடியது நரம்புத் தளர்ச்சி. இதனால் ஒட்டு மொத்த நரம்பு மண்டலமும் பாதிக்கப் படுகிறது. நரம்பு மண்டல பாதிப்பில் குறிப்பிடத்தக்கது ஆண்மைக் குறைபாடு. சர்க்கரை வியாதி உள்ளவர்கள் அத்தனை பேருக்குமே ஆண்மைக்குறைவு தலை தூக்க ஆரம்பித்திருக்கும். நோயைக் கட்டுப் பாட்டுக்குள் வைத்துக்கொள்ளாவிட்டால் ஆண்மைக்குறைவு முழு அளவில் ஏற் படும்.

பாலுறவுச் செய்கையும் நரம்புகளும்

பாலுறவில் நரம்புகளின் பங்களிப்பு மிக முக்கியமானது. நுகர்தல் (வாசனையை நுகர்ந்து பார்த்தல்), உணர்தல் (தொடுதல் மூலம் உணரப்படுதல்) ஆகிய இரண்டு செயல்களும் பாலுறவு தூண்டலுக்கு அடிப்படையான விஷயங்கள். சிறு நரம்பு கள்தான் இந்த வேலையைச் செய் கின்றன.

பெண்கள், மாதவிலக்கு சமயங்களில் இருக்கும்போது இத்தகைய வாசனை உணர்ச்சியே அவர்களின் பாலுறவுத் தூண்டலை அதிகரிப்பதாக ஆராய்ச்சிகள் கூறுகின்றன.

பாலுணர்ச்சியைத் தூண்டுவதில் பார்வை நரம்புகளுக்கு முக்கியப் பங்கு உண்டு. பார்க்கும்போதே எதிர்பாலினத்தின் மீது ஒரு கவர்ச்சி உண்டாகிவிடுவது, தூக்கத்தில் கனவுகள் தோன்றுவது, கனவில் பாலுறவுகொள்வதுபோல் வருவது எல்லாம் பார்வை நரம்புகளின் தூண்டுதலால் ஏற்படுவதுதான்.

தொடு உணர்வு நரம்புகள் உணர்ச்சியைத் தூண்டி, பாலுறவுச் செய்கையை உண்டாக்குகிறது. ஆணுறுப்புக்கு அதன் மேற்புற நரம்புகளான டார்சல் நரம்புகள்தான் உணர்ச்சிகளை மிகையாகக் கடத்துகின்றன. இதனால்தான், ஆணுறுப்பை பிறர் தொட்டவுடன் விரைத்துக்கொள்கிறது.

சர்க்கரை நோய் ஆரம்பிக்கும்போது ரத்த நாளங்கள்தான் பெரிதும் பாதிப்படைகின்றன என்பது தெரிந்த விஷயம்.

ஆணுறுப்பில் சைனுசாய்ட்ஸ், காவர்னஸ் என்ற தந்துகிகளும், வெனூலர் என்ற சிறிய சிரைப் பின்னல்களும் இருக்கும். ஆணுறுப்பு எழுச்சியடையும்போது இவை விரிந்தும், இயல்பு நிலையில் இருக்கும்போது சுருங்கியும் காணப்படுகின்றன.

சர்க்கரை நோயின்போது ரத்த நாளங்கள், தண்டுவடம் போன்றவை பாதிக்கப்பட்டுவிடுவதால், ஆணுறுப்புக்கு ரத்த ஓட்டம் வருவது தடைபடுகிறது. ஹார்மோன்களின் செயலில் மாறுதல் தோன்றுகிறது. இணக்கமான சூழல்கள் தடைபட்டுப் போகின்றன.

மனஇறுக்கம் தோன்றி பாலுறவு வேட்கையைத் தடை செய்கிறது. இப்படிப்பட்ட எண்ணற்ற காரணங்கள் சர்க்கரை நோயாளியின் ஆணுறுப்பு விரைப்படைவதைத் தடை செய்துவிடுகின்றன.

சர்க்கரை நோய் தவிர, ரத்த நாளங்கள் பாதிக்கப்படுவதற்கு, வேறுசில காரணங்களும் உள்ளன. அவை:

- நோய்க்கிருமிகள்,
- அதிக கொழுப்பு,

- மருந்து மாத்திரைகளால் உடல் திசுக்களில் அழற்சி,
- அலர்ஜி,
- தைராய்டு போன்ற சுரப்பிக் குறைகள்,
- டென்ஷன் போன்ற மனம் சார்ந்த பிரச்னைகள்
- உடல் உழைப்பின்மை,
- வயது,
- உயரம்,
- எடை,
- உடற்பருமன்,
- அதிக ரத்த அழுத்தம்

இந்த காரணங்களுடன் சர்க்கரை நோயும் சேர்ந்துகொண்டால் விரைவில் ஆண்மைக் குறைபாடு ஏற்படுகிறது.

பெண்ணுறுப்பு நாளங்கள்

தசைகளை இயக்கும் பரிவு நரம்புகள் அனைத்தும் பெண்ணின் சிறுநீரகம், கீழ் முதுகு, இடுப்புப்பகுதி, கருவுறுப்பு மற்றும் சிறுநீர்ப்பை ஆகிய இடங்களில் இருந்து வருகின்றன.

பெரிடோனியம் பகுதியிலிருந்து வரும் ரத்த நாளங்களும் பாலுறுப்புக்கு ரத்த சப்ளை செய்கின்றன. இடுப்பின் கீழ்ப் பகுதியிலிருந்து வரும் ரத்த நாளங்கள் அனைத்தும் மிகவும் மென்மையானவை. விரைவில் சேதமுறக்கூடியவை.

நரம்புகள் அனைத்தும் பொச்சு நரம்பின் வெளிப்பகுதியில் இருந்து வரும் கிளை நரம்புகளாகவே இருக்கின்றன. இந்த நரம்புகளில் பல ஆசனவாய்ப் பகுதியிலும், பெண்ணுறுப்பின் மேலுதடு, கீழ் உதடு, கிளிடோரிஸ் போன்ற பகுதியிலும் உள்ளன.

இந்த நரம்புகளே பாலுறவுச் செய்கைகளின்போது பெண்ணுறுப்பை தளர்த்துவது, சுருக்குவது போன்ற செயல்களை மேற்கொள்கின்றன. இவற்றில் பாதிப்பு ஏற்படும்போது பாலுறவு சிரமமானதாக இருக்கும். திரிகப் பின்னலில்

இருந்து வரும் இணைப்பரிவு மற்றும் உணர்வு நரம்புகள், ஆசனவாயிலிருந்து சினைப்பைக்கும், பிற கருவுறுப்பு களுக்கும் செல்கின்றன.

சர்க்கரை நோயின்போது நரம்புகள் பாதிக்கப்படுவதால், நரம்பு முனைகள் சிதைந்து உணர்ச்சிகளைக் கடத்துவது இல்லை. தவிர, கருவுறுப்புத் தசைகளையும் இயக்குவது இல்லை.

இதனால் பெண்ணுறுப்பு விரிந்துகொடுக்காத நிலையை உண்டாக்கி, வலியுள்ள பாலுறவை ஏற்படுத்துகிறது.

நாளடைவில் பாலுறவுச் செய்கை பயமுள்ள ஒன்றாக, தவிர்க்கப்பட வேண்டிய நிலைக்குத் தள்ளிவிடுகிறது.

இவ்வாறே, பெண்ணுறுப்புக்குச் செல்லும் ரத்த நாளங்களை சர்க்கரை வியாதி சிதைத்துவிடுவதால்,

- போதிய ரத்தம் இல்லாத நிலை,
- பெண்ணுறுப்பில் வறட்சி,
- போதிய சுரப்பு நீர் உருவாகாத நிலை,
- வலியுள்ள பாலுறவு

ஆகிய நிலைகள் உண்டாகிவிடுகின்றன.

மற்றபடி ஆண்களுக்கு எவ்வாறு நரம்பு மண்டல பாதிப்பு சர்க்கரை வியாதியால் வருகிறதோ, அதே அளவு பாதிப்புதான் பெண்ணுக்கும் வரும் என்பதைத் தெரிந்துகொள்ளுங்கள்.

ஆண்மைக்குறைவு உள்ளவர்கள் என்ன செய்யலாம்?

சர்க்கரை வியாதி இல்லாதவர்களைவிட, சர்க்கரை நோயுடன் இருப்பவர்களுக்கு ஆண்மைக்குறைவு ஏற்படும் வாய்ப்பு இரண்டு மடங்கு அதிகம். தவிர, பத்து முதல் பதினைந்து ஆண்டுகளுக்கு முன்பாகவே விரைப்புத் தன்மை குறைந்து விடுவதாக ஆராய்ச்சிகள் கூறுகின்றன.

ஆண்மைக்குறைவு ஏற்படுவதைத் தவிர்க்கவும், குறைபாடு அதிகரிக்காமல் தடுக்கவும் முன்னெச்சரிக்கை நடவடிக்கை களை மேற்கொள்ள வேண்டும். வாழ்க்கை முறையில்

மாற்றத்தை ஏற்படத்தி, ரத்த சர்க்கரையின் அளவைக் கட்டுப்பாட்டுக்குள் வைத்துக்கொள்வது முதல் வேலை. இதற்கு பரிசோதனை முதல் சிகிச்சை வரை முறையாக எடுத்துக்கொள்ள வேண்டும்.

கட்டுப்பாடான வாழ்க்கை, ஊட்டமுள்ள - அதேவேளையில் சர்க்கரையை மிகைப்படுத்தாத உணவு முறை, உடற் பயிற்சிகள், சர்க்கரை நோய்க்கான மருந்து மாத்திரைகளை தவறாமல் எடுத்துக்கொள்ளுதல், ரத்த அழுத்தத்தை கட்டுப் பாட்டுக்குள் வைத்துக்கொள்ளுதல் ஆகியவை மிக முக்கியம்.

ரத்த சர்க்கரை அளவை குறைத்துக்கொள்ள வேண்டும் என்பதை இலக்காக வைத்து அதற்கேற்ற வழிமுறைகளை மருத்துவரிடம் கேட்டுத் தெரிந்துகொள்ளுங்கள்.

தொடர்ச்சியான மருத்துவப் பரிசோதனை மேற்கொண்டு சர்க்கரை வியாதியை கட்டுப்படுத்துவதோடு, ஆண்மைக் குறைவு ஏற்படாமலும் தடுத்துக்கொள்ளலாம்.

உயர் ரத்த அழுத்தம் - பேராபத்து

11

சர்க்கரை நோயால் ரத்த நாளங்களுக்கு நேரடி பாதிப்பு ஏற்படுகிறது. ஏற்கெனவே சேதமடைந்திருக்கும் ரத்தநாளங்கள், ரத்தக் கொதிப்பு (உயர் ரத்த அழுத்தம்) ஏற்படும்போது உடைந்து கசியும் அபாயம்கூட நேரிடும். இந்த அபாயத்தை தடுக்க முடியுமா? ரத்தக் கொதிப்பை புரிந்துகொண்டால் அது சாத்தியமே!

எளிமையாகச் சொல்வதென்றால், ரத்தம் இதயத்துக்கு வரும்போது ஒரு குறிப்பிட்ட வேகத்திலும், இதயத்தில் இருந்து வெளியேறும்போது ஒரு குறிப்பிட்ட வேகத்திலும் ரத்த நாளங்கள் வழியாகச் செல்கிறது. இந்த வேகத்துக்குப் பெயர்தான் ரத்த அழுத்தம்.

ரத்தம் வழியாக ஆக்ஸிஜனை செல்களுக்கு கடத்துவதற்கு ரத்த அழுத்தம் தேவை.

உடலின் உறுப்புகள் அனைத்தும் ஒன்றோடு ஒன்று இணைந்து வேலை செய்யும்

போது ரத்த அழுத்தம் இயல்பாக இருக்கும். இந்தச் சமநிலை மாறுபட்டால், உயர் ரத்த அழுத்தம் வந்துவிடும்.

நார்மல் ரத்த அழுத்தத்தை *120/80* எனக் குறிப்பிடுவதாக வைத்துக்கொள்ளுங்கள். இதில் பெரிய எண்ணிக்கையானது, இதயம் பம்ப் செய்யும்போது நாளங்களுக்குள் பாயும் ரத்த அழுத்தத்தின் அளவு சிஸ்டாலிக்.

ரத்தத்தை வெளியேற்றிய பிறகு இதய அறைகள் சற்று ஓய் வெடுத்துக்கொள்ளும். அப்போது இதயம் விரியும். அந்த நேரத்தில் ரத்த அழுத்தம் சற்று குறையும். இதை டயாஸ் டாலிக் என்று குறிப்பிடுவார்கள். ரத்தத்தைப் பெறும்போது உண்டாகிற அழுத்தம் குறைவான எண்ணிக்கையில் குறிக்கப் படுகிறது.

கவலை, மனஇறுக்கம், புகைத்தல், மது அருந்துதல், உடற் பயிற்சி செய்தல் போன்றவற்றால் ரத்த அழுத்தம் அதிகரிக்கும்.

ரத்த அழுத்தத்தின்போது என்ன நடக்கிறது?

ரத்தத்தில் கொழுப்பு நகர்ந்து செல்கிறது என்பது உங்க ளுக்குத் தெரியும். ரத்தம் வேகமாக அடித்துச் செல்லப்பட வேண்டிய கட்டாயத்தில் இருக்கும்போது ஆங்காங்கே ரத்த நாளங்களில் கொழுப்புகள் படிந்துவிடும். இதனால் ரத்த ஓட்டத் தடை ஏற்படும்.

இதய ரத்த நாளங்களில் இவ்வாறு தடை ஏற்படும்போது இதயத்தில் ஊசியால் குத்துவது போன்ற வலி உண்டாகும். பிறகு மாரடைப்பு வரும். மூளைக்குச் செல்லும் ரத்த நாளத் தில் கொழுப்பு அடைபட்டால் அது பக்கவாதமாகும்.

ரத்தம் வேகமாக ரத்த நாளங்களில் மோதுகிறபோது நாளங் கள் ரத்த ஓட்டத்தின் அளவுக்கு ஏற்ப சுருங்கவும் விரியவும் வேண்டியிருக்கும்.

ஒருமுறை இருமுறை என்றால் பரவாயில்லை. தினந்தோறும் ஆண்டுக்கணக்கில் இப்படி நிகழ்வதுதான் வாடிக்கை என்றால், நாளங்கள் தங்களின் நெகிழ்வுத் தன்மையை இழந்து உருக்குலைய ஆரம்பிக்கும். இப்படிப் பலவீனப்

பட்ட நாளங்கள் சில நேரங்களில் சிதைந்து ரத்தக் கசிவும் உண்டாகிறது.

இதயத்தின் இடது வென்ட்ரிக்கில் ரத்த அழுத்தத்தைக் கட்டுப்படுத்தப் போராடும்.

இந்த நிலையில் அதிகப்படியான வேலைப் பளுவை தன் மீது தூக்கிப் போட்டுக்கொண்டு ரத்த நாளங்களை விரிப்பதும் சுருக்குவதுமாக மாறி மாறி செயல்பட்டு தளர்ந்து, கடைசியில் செயல்படும் சக்தியை இழந்து போகும். இதைத்தான் இதயச் செயலிழப்பு (ஹார்ட் பெயிலியர்) என்கிறார்கள்.

மாரடைப்பை உண்டாக்குவதில் மிகை ரத்த அழுத்தமும், சர்க்கரை வியாதியும் கைகோத்து மும்முரமாக ஈடுபடு கின்றன. இவை இரண்டும் இருந்தால் மாரடைப்பு வரும் வாய்ப்பு அதிகமாகும்.

அறிகுறிகள்

ரத்த அழுத்தம் இருந்தால் சிலர் தலையைப் பிடித்துக்கொள் வார்கள். காரணம் தலைபாரம் வந்துவிடுவதுதான். தாங்க முடியாத அளவுக்கு இருக்கும். அடிக்கடி ஏற்படும்.

பெரும்பாலானவர்களுக்குத் இந்த தலைவலிதான் ரத்த அழுத்தத்தின்போது தெரியவரும் முக்கிய அறிகுறி. சில நேரங்களில் தலைசுற்றல் இருக்கும். கிறுகிறுப்பு ஏற்பட்டு ஒருபக்கமாக ஆளைச் சரிக்கும். இவையும் அறிந்து கொள்ளக்கூடிய அறிகுறிகள்.

மற்றபடி ரத்த அழுத்தமும் இருப்பது யாருக்கும் தெரிய வராது. மருத்துவப் பரிசோதனை மூலமே ரத்த அழுத்தம் கண்டறியப்படுகிறது.

ஒருவரின் ரத்த அழுத்தம் வெவ்வேறு நேரங்களில் வேறுபட லாம். அதனால், ஒருவருக்கு ரத்த அழுத்தம் உள்ளது என முடிவு எடுக்கும் முன்பு குறைந்தது மூன்று முதல் ஐந்து முறை வெவ்வேறு நேரங்களில் ரத்த அழுத்தம் கணக்கிடப்பட்டு, அதன் சராசரி அளவு இதயம் சுருங்கும்போது (சிஸ்டாலிக்) 140 மில்லி மீட்டர், விரியும்போது (டயாஸ்டாலிக்) 90 மில்லி

மீட்டர் இருக்க வேண்டும். இது அதிகபட்ச அளவாகும். இதற்குக் கூடுதலாக அதாவது 140/90-க்கு அதிகமாக இருந்தால் அவருக்கு உயர் ரத்த அழுத்தம் இருப்பதை உறுதி செய்யலாம்.

ரத்த அழுத்தம் நெடு நாள்களாக இருந்து ரத்த நாளங்களில் சிதைவு மாற்றங்கள் ஏற்பட்ட பின் நோய் அறிகுறிகள் அதிகமாகக் காணப்படும்.

இதயச் செயலிழப்பு அறிகுறிகளாக மேல் மூச்சு வாங்கும். இது தவிர நடக்கும்போது பெருமூச்சு வரும். இதயத்தின் இடதுபக்க கீழறையின் கடினத் தன்மையாலும், நுரையீரல் சிரைகளில் ரத்தம் தேங்கி நிற்பதாலும் இத்தகைய மூச்சு வாங்கும்.

- ஒரு குறிப்பிட்ட நிலையில் மட்டுமே படுக்க முடிதல்
- இரவில் அடிக்கடி சிறுநீர் கழித்தல்
- நிலையான இடது பக்க இதயச் செயலிழப்பு
- இதய ரத்த ஓட்டக்குறைவினால் நெஞ்சுவலி
- மாரடைப்பு
- மூளையின் ரத்தநாளங்களில் பாரிச வாயு உண்டாதல்
- கண் பார்வை மங்குதல்
- ரத்த அழுத்தத்தால் மூளை பாதிப்பு
- சிறுநீரக பாதிப்பால் ரத்த சோகை உண்டாதல்
- சோர்வு
- வாந்தி
- கை, கால்களில் வீக்கம்

போன்றவை உயர் ரத்த அழுத்தத்தால் ஏற்படும் விளைவுகளாகும்.

தற்காப்பு

உணவில் உப்பை குறைவாகப் பயன்படுத்த வேண்டும். உப்பு நிறைந்த ஊறுகாய், அப்பளம், வடாம், கருவாடு போன்ற

வற்றைத் தவிர்க்க வேண்டும். உப்பைக் குறைக்கும்போது அதனோடு சேர்ந்து வெளியேற்றப்படும் நீரின் அளவும் குறைவதால் சிறுநீரகங்களின் வேலைப்பளுவும் குறைகிறது. இருபத்து நான்கு மணி நேரத்தில் ஐந்து கிராம் உப்பு சாப்பிட்டால் போதுமானது.

புகைப் பிடிப்பதை தவிர்க்க வேண்டும். இதிலுள்ள நச்சுக்கள் ரத்தக் குழாய்களை நேரடியாகப் பாதித்து ரத்த நாளங்களைச் சுருக்கி ரத்த அழுத்தத்தை அதிகரிக்கிறது.

உடல் எடை அதிகமிருந்தால் குறைத்துக்கொள்ள வேண்டும். மது, கொழுப்பு நிறைந்த பலகாரங்கள், மாமிசம், முட்டை, பால், தயிர், வெண்ணெய் போன்ற உணவுப் பொருள்களைத் தவிர்ப்பது நல்லது.

சர்க்கரை வியாதியின் போது ரத்த நாளங்கள் அனைத்தும் சிதைவுற நேரிடுவதால் ரத்தப் பேரழுத்தம் அதிகரிக்கிறது. இதனால்தான் சர்க்கரை நோயுள்ளவர்களுக்கு ரத்தக் கொதிப்பு நோய் இருக்கிறது. சைலன்ட் ஹார்ட் அட்டாக் எனப்படும் மாரடைப்பும் வருகிறது. இதிலிருந்தே இந்த நோயின் கொடுமை எவ்வளவு தீவிரமானது என்பதைத் தெரிந்துகொள்ளலாம். எனவே, சர்க்கரை நோயாளிகள் ரத்தக் கொதிப்பு ஏற்படாமல் பார்த்துக்கொள்ள வேண்டும்.

கொழுப்பை அடக்க வேண்டும்

12

சர்க்கரை வியாதியை அதிகப்படுத்தும் விஷயங்களில் மிக முக்கியமானவை உடற்பருமனும் கொழுப்புமாகும். இவை இரண்டும் ஒன்றுடன் ஒன்று பின்னிப் பிணைந்தவை. இவற்றைப் பற்றி புரிந்து கொண்டால் சர்க்கரை வியாதியை கட்டுப் படுத்துவது எளிதாகிவிடும்.

சர்க்கரை நோயின்போது உடற்பருமன் ஏற்படுவதும், உடற்பருமன் உள்ளவர் களுக்கு சர்க்கரை நோய் வருவதும் இயல்பு.

நாம் உயிர்வாழ வேண்டுமானால், ஆரோக்கியமாக செயல்பட வேண்டு மானால் கொழுப்புச் சத்து மிக அவசியம்.

நமது உடலில் உள்ள ஒவ்வொரு செல்லுக்கும் இந்த கொலஸ்ட்ராலானது லைபோபுரோட்டீன்களாக மாற்றப்பட்டு ரத்த நாளங்கள் வழியாக உடலின் மற்ற இடங்களுக்கு கடத்தப்படுகிறது.

நமது உடலிலுள்ள கல்லீரல்தான் கொழுப்பை கரைத்து சக்தியாக பல வகைகளில் தயாரித்துக் கொடுக்கிறது. உணவில் இருந்து சுமார் இருபது முதல் முப்பது விழுக்காடு கொழுப்பைத் தயாரித்து சேமித்துக் கொள்கிறது.

உடலுக்குத் தேவையான சத்தில் சுமார் நாற்பது விழுக்காடு அளவு கொழுப்பு வடிவில் இருக்கும்.

இந்தக் கொழுப்பிலும் அடர்த்தி அதிகமான கொழுப்பு (எச்.டி.எல்.) அடர்த்தி குறைந்த கொழுப்பு (எல்.டி.எல்) மிகக் குறைவான அடர்த்தியுள்ள கொழுப்பு, மிக அதிக அடர்த்தியுள்ள கொழுப்பு என நான்கு வகைகள் உள்ளன. இதில் பல உட்பிரிவுகளும் உள்ளன. அடர்த்தி அதிகமான கொழுப்பை நல்ல கொழுப்பு என்றும், அடர்த்தி குறைந்த கொழுப்பை கெட்ட கொழுப்பு என்றும் கூறுவார்கள்.

இவற்றை உண்டாக்கும் கல்லீரல், அதை உடலின் பிற இடங் களுக்கு அனுப்பிவைக்கிறது. லைபோபுரோட்டீன்கள் மூலமாகச் செல்லும் கொழுப்புகள் ரத்த நாளத்தில் மிதந்து செல்லும். தேவையிருப்பின் சக்தியாக மாற்றப்பட்டு அவை செலவழிக்கப்படும். இல்லாவிட்டால் அப்படியே கொழுப்பு வடிவிலேயே சேமித்துக்கொள்ளப்படும்.

நல்ல கொழுப்பு குறைந்தாலும், கெட்ட கொழுப்பின் அளவு அதிகரித்தாலும், இரண்டுமே தேவையைவிட குறைந்தாலும் சர்க்கரை நோயின்போது நாளங்கள் விரைவாக பாதிக்கப் பட்டு அதன் தொடர்ச்சியாக இதயம் பாதிக்கப்படும்.

இன்னொரு முக்கிய விஷயம் என்னவென்றால், நமக்கு தினமும் சராசரியாக, இரண்டாயிரம் கலோரி சத்துகள் மட்டுமே தேவை. கூடுதலாகக் கிடைப்பவை எல்லாம் கிளைகோஜெனாக மாற்றப்பட்டு உடலில் ஆங்காங்கே சேமித்து வைக்கப்படுகிறது. இதனால் உடல் எடை அதிகரிக்கிறது.

எடை கூடினால் தேவையில்லாமல் உடற்பருமனை சுமக்க வேண்டியிருக்கும். இதயத்துக்கும் கூடுதலான பணிச்சுமை அதிகரிக்கும். இதனால் ரத்த அழுத்தம் அதிகரிக்கும், நுரையீரலுக்குப் போதுமான ஆக்ஸிஜன் கிடைக்காது.

கொழுப்புகள் அனைத்தும் கொழுப்புச் செல்களைவிட தசைச் செல்களில்தான் அதிகமாக சேமித்து வைக்கப் பட்டிருக்கும். நமது உடம்பிலுள்ள அரை கிலோ தசையானது சுமார் 35 முதல் 45 கலோரிகளை செலவழிக்கும். ஆனால், இதே எடையுள்ள கொழுப்புத் திசு வெறும் இரண்டு கலோரி களை மட்டுமே செலவழிக்கும். கொழுப்புத் திசுக்களைவிட தசைத் திசுக்களே அதிகம் என்பதால்தான் நாம் உட்கார்ந் திருந்தாலும், நடந்தாலும் கலோரிகள் எரிக்கப்பட்டு செல வாகின்றன.

காரணங்கள்

உடற்பருமன் உண்டாவதற்கு முக்கியக் காரணங்கள் என்று பார்த்தால் உடலில் சுரக்கும் ஹார்மோன்களில் மாறுபாடு கள், வாழ்க்கை முறை, உடற்பயிற்சியின்மை, உணவு முறை ஆகியவையே முக்கிய இடத்தைப் பிடிக்கும். மேலே குறிப் பிட்ட காரணிகள் எவ்வாறு உடற்பருமனை தூண்டுகின்றன என்பதைப் பார்ப்போம்.

ஹார்மோன் மாறுபாடுகள்

உடற்பருமன் ஆண்களுக்கும், பெண்களுக்கும் பொது வானது, வயது வித்தியாசமில்லாமல் எல்லோருக்கும் உண் டாகிறது.

ஆண்களுக்கு முன்னாலும் (வயிற்றுப்பகுதி), பெண்களுக்குப் பின்னாலும் (புட்டப்பகுதி) அதிக கொழுப்பு சேர்கிறது. இதுவே ஹார்மோன் மாறுபாடுகளால் ஏற்பட்டிருந்தால் உடல் முழுவதும் பருமனாக இருக்கும்.

இளம் வயதில் அழகாக இருக்கும் பெண்களில் பலர் முப்பது நாற்பது வயதுகளில் சதைப்பிண்டங்களாகக் காட்சியளிப் பதற்குக் காரணம், அவர்களின் கருப்பையில் சுரக்கும் ஈஸ்ட்ரோஜென் என்ற ஹார்மோன் சுரப்பு குறைந்துவிடுவதே யாகும். இதனால் உடலில் கொழுப்புச்சத்து அதிகரித்து விடும்.

ரத்தக் கொழுப்பு அதிகரிப்பதால் ரத்த நாளங்கள் சுருங்கி பக்கவாதம், மாரடைப்பு போன்ற பிரச்னைகள் உண்டா கின்றன. கொழுப்பு உணவுகளோடு, புகைப்பிடித்தல்

போன்ற பழக்கம் இருந்தால் இன்னும் வேகமாக ரத்த நாளங்கள் பாதிக்கப்பட்டு இதய பாதிப்புகள் வருகின்றன.

தைராய்டு ஹார்மோன் குறைபாட்டினாலும் உடற்பருமன் உண்டாகும்.

வாழ்க்கை முறை

எப்போதும் தொலைக்காட்சி பார்த்தல், பகல் நேர உறக்கம், சீதோஷ்ணத்தினாலோ, பணியின் காரணமாகவோ ஒரே இடத்தில் முடங்கிக் கிடத்தல், சிறுகச்சிறுக நொறுக்கத் தீனி, கவலைப்பட்டுக் கொண்டு பட்டினி கிடந்துவிட்டு ஒரே நேரத்தில் அதிகமாக சாப்பிடுவது, மது வகைகளை அருந்து வது மற்றும் சர்க்கரை வியாதி ஆகியவற்றால் உடற்பருமன் அதிகரிக்கிறது.

உடற்பயிற்சியின்மை

சர்க்கரை நோய்க்கும், உடற்பருமனுக்கும் உடற்பயிற்சி இல்லாத நிலையானது உரம்போட்டு வளர்ப்பது மாதிரி.

உடற்பயிற்சி செய்யாததால் உடலிலுள்ள நாளங்கள் அனைத் தும் வலுவிழந்து மென்மையாகி நாளடைவில் சிதைந்து போகவும் வாய்ப்பிருக்கிறது. எனவேதான், பருமன் உள்ள வர்கள் உடற்பயிற்சி செய்து எடையைக் குறைக்க வேண்டும் என மருத்துவர்கள் கூறுகிறார்கள்.

எதையும் செய்யாமல் அடுத்தடுத்து சாப்பிட்டு உறங்கி, வெறுமனே பொழுதைக் கழிக்கும்போது உடற்பருமன், பலவீனம் போன்றவை உண்டாகி இதயம் பாதிக்கப்படும். சர்க்கரை வியாதியும் அதிகரித்துவிடும்.

உணவுப் பழக்கம்

பலர் ருசிக்காகவும், பொழுதுபோக்குக்காகவும் துரித உணவுகள், பதப்படுத்தப்பட்ட உணவுகள், மாமிச வகைகள் ஆகியவற்றை உண்கிறார்கள். இவை சர்க்கரை நோயைத் தூண்டுபவை என்பதையும், இதயத்துக்குத் தீங்கானவை என்பதையும் யாரும் உணர்ந்துகொள்வதில்லை.

உணவுப் பொருள்களை கொழுப்புச்சத்து உள்ளவை, நார்ச்சத்து உள்ளவை என இரண்டு வகைகளாகப் பிரிக்கலாம்.

கொழுப்புச் சத்துள்ள உணவுப் பொருள்களுள் மாமிச வகைகள், வறுத்த உணவு, எண்ணெய்ப் பொருள்கள், முட்டையின் மஞ்சள் கரு, வெண்ணெய் நீக்கப்படாத பால், பால் பொருள்கள், கிரீம்கள், இனிப்புப் பொருள்கள் ஆகியவை முக்கியமானவை. இவையனைத்தும் சர்க்கரை வியாதியை மிகைப்படுத்துபவையும்கூட. இவற்றை அதிகளவில் சாப்பிடும்போது தேவைக்கு மேல் கொழுப்பு சேர்த்து வைக்கப்பட்டு உடலின் சுற்றளவு பெரிதாகிறது.

நார்ச்சத்துப் பொருள்களில் இத்தகைய கொழுப்புச் சத்துகள் குறைவாகவே இருக்கும். தவிர, நார்ச்சத்துப் பொருள்கள் தேவையான சக்தியைத் தவிர மற்றவற்றை வெளியேற்றி விடுகின்றன.

உணவுகளால் கொழுப்பு எவ்வாறு உண்டாகிறது, அது எவ்வாறு சர்க்கரையைத் தூண்டுகிறது, இதயத்தைப் பாதிக்கிறது, பாலுறவுக் குறைபாட்டை ஏற்படுத்துகிறது என்பதைத் தெரிந்துகொள்ளுங்கள்.

சர்க்கரை நோயிருக்கும்போது ஏற்கெனவே சக்திகள் சரியாகப் பிரிக்கப்படாமலும், செல்களுக்குத் தேவையான சக்தி கிடைக்காமலும் போகும். நோயின் பாதிப்பினால் ரத்த நாளங்கள் நைந்திருக்கும் நிலையில் கொழுப்பும் சேர்ந்து அவற்றை சுருக்குவதால், இதயத்திலிருந்து நாளங்களுக்குச் செல்லும் ரத்தம் சீரான வேகத்தில், சீரான அளவில் செல்ல இயலுவதில்லை. இதனால் ரத்த வேகம் அதிகரித்து ரத்த நாளங்கள் ஆங்காங்கே சிதைந்துபோகும்.

கொழுப்புகளால் மிகச்சிறிய சிரை நாளங்கள் பாதிக்கப் பட்டால் செல்களுக்கு ரத்த ஓட்டம் இருக்காது. இதனால்தான் சர்க்கரை வியாதியால் பாதிக்கப்பட்டவர்கள் மாரடைப்பு, ரத்த நாளப் பிரச்னைகள் போன்றவற்றால் பாதிக்கப்படுகிறார்கள்.

இந்நிலை ஆணுறுப்புக்கு ரத்தத்தைக் கடத்தும் நாளங்களில் ஏற்படும்போது ஆண்மை எழுச்சி உண்டாவது இல்லை. பெண்ணுக்குக் கடத்தப்படும்போது பெண்மைக்கான எழுச்சியும் இருக்காது. உடல் நலம் விரைவாக கேடுற்று பக்கவாதமாகவோ, மாரடைப்பாகவோ, ரத்த நாளம் அழுகுவதிலோ போய் முடியும்.

கொழுப்பைத் தவிர்க்கும் வழிகள்

சைக்கிள் ஓட்டுதல், நடத்தல், நீந்துதல், ஓடுதல், குனிந்து நிமிர்ந்து ஏதேனும் வேலை செய்துகொண்டிருத்தல், ஏரோபிக் பயிற்சி போன்றவற்றில் ஈடுபடலாம். படிகளின் மீது ஏறுதல், இறங்குதல், குதித்தல் போன்ற சாதாரண செயல்களால்கூட தேக்கிவைக்கப்பட்ட கொழுப்பு வேகமாக எரிக்கப்பட்டு உடல்நலம் சீராகும்.

பொதுவாக பெண்களுக்கு 1200 முதல் 1600 கலோரிகளும் ஆண்களுக்கு 1600 முதல் 2000 கலோரி சத்தும், தினமும் தேவை. இவற்றை எரிப்பதற்கு வசதியாக தசைத் திசுக்களின் அளவை அதிகரிக்க வேண்டும். கைகால்களுக்குப் பயிற்சி தந்தால் தசைத் திசுக்கள் அதிகரிக்கும். இதனால் கூடுதல் கலோரிகள் செலவாகும்.

தனியாக பதினைந்து நிமிடங்கள் நடந்தால் சுமார் அறுபது கலோரிச் சத்து எரிக்கப்படும். நேரத்துக்குச் சாப்பிடுங்கள், ஒரேடியாக உணவைச் சாப்பிடுவதைவிட, அதை பல பங்காக்கி அவ்வப்போது சிறுகச்சிறுக சாப்பிடலாம். தினமும் எவ்வளவு கலோரி தேவை என்பதை கவனத்தில் வைத்துக்கொண்டு அதற்கேற்ப உண்பதுதான் புத்திசாலித் தனம். சிறுகச் சிறுகச் சாப்பிடுவதால் நாள் முழுவதும் புத்துணர்ச்சியுடன் இருக்கலாம்.

கொழுப்பைவிட கார்போஹைட்ரேட் பொருள்கள்தான் சீக்கிரமாக செலவாகும். எனவே, கொழுப்பை குறைத்துக் கொள்ள வேண்டும்.

சாப்பிடும்போது இடைவெளியில் பேசுவதுகூட கலோரி களை எரிக்க உதவும்.

அதேபோல், சாப்பிட்டவுடன் படுத்துவிடாமல் கொஞ்ச தூரம் உலாவச் செல்லலாம். லிப்டில் செல்லாமல் படியில் ஏறிச்செல்லலாம். அருகிலுள்ள நண்பரை தொலைபேசியில் அழைப்பதைவிட சென்று பார்த்துவிட்டு வரலாம்.

இசை கேட்கும் பழக்கம் இருந்தால் நமக்குத் தெரிந்த வகை யில் ஆடலாம். இதனால் ஏரோபிக் பயிற்சியைப் போலவே இதிலும் கலோரிகள் குறையும்.

தோட்டம் ஏதேனும் இருந்தால் நாற்பது நிமிடங்களுக்கு அதைத் தோண்டுதல், செடிகளை நடுதல், தண்ணீர் ஊற்றுதல் போன்ற வேலைகளைச் செய்யலாம்.

சாய்ந்து உட்காராமல் நேராக உட்கார்ந்து படிக்கும் போதும், எழுதும்போதும் ஐந்து விழுக்காடு கலோரிகள் எரிக்கப்படும்.

இப்படி சின்னச் சின்ன விஷயங்களில் எல்லாம் கலோரிகள் எரிக்கப்படும் விதத்திலும், கொலஸ்டிரால் அதிகரிக்காத வகையிலும் பார்த்துக்கொண்டால் எந்த சூழலிலும் உடற் பருமன் ஏற்படுவதை தவிர்த்துவிடலாம்.

சைலன்ட் கில்லர்

சர்க்கரை நோயாளிகளுக்கு வரும் முக்கியமான பிரச்னை இதய நோய்கள்.

நாள்பட்ட சர்க்கரை நோயின் தாக்கத்தினால் ரத்த நாளங்கள் சேதமடைகின்றன. தசைகளுக்குத் தேவையான சத்து கிடைக் காததால் இதயத் தசைகள் வலுவிழந்து ரத்தத்தைப் போது மான அளவு வெளியேற்றவோ, வெளியிலிருந்து வரும் ரத்தத்தை உள்ளிழுக்கவோ முடியாமல் தவிக்கிறது.

அதேசமயத்தில், இதயத்துக்குள் வரும் கொழுப்புகள் மீண்டும் வெளியேறும்போது இதயத்தின் சிறு நாளங்களில் அடைத்துக்கொள்ள நேரிடுகிறது. இதனால், உயர் ரத்த அழுத்தம் ஏற்பட்டு ரத்தம் பீறிட்டுக் கிளம்பும்போது ஏற்கெனவே சர்க்கரை வியாதியால் பாதிக்கப்பட்ட நாளங்கள் சிதைகின்றன.

இந்த நிலையில் ரத்தத்திலுள்ள கொழுப்பில் எல்டிஎல் அளவும் கூடிவிட்டால் இதயத்துக்கு சக்தியைக் கொடுக்கும் ரத்த நாளங்களில் அழற்சியை ஏற்படுத்தி ரத்த நாள உட்சுவரில் கறைபோன்ற படிமம் ஏற்படக் காரணமாகிறது.

இதனால், ரத்த நாள சுருக்கம் ஏற்பட்டு இதயத்துக்குச் செல்லும் ரத்த அளவு குறைக்கப்படுகிறது. முடிவில் இதயத் தசை சரிவர இயங்க முடியாமல் இதயக் கோளாறு ஏற்பட்டு விடுகிறது.

சர்க்கரை நோயுள்ளவர்களின் தந்துகிகள் சிதைந்து விடுவதால் உணர்வு நரம்புகளும் பாதிக்கின்றன. இதனால், இதய நாளங்களிலோ அல்லது இதயத் தசையிலோ வலி ஏற்படுவதை அவர்களால் உணர இயலாது. இவர்கள் மாரடைப்பு வரும் நிலையிலும் வலியை உணராமல் செயல்பட்டுக் கொண்டிருப்பார்கள். இதை ஆங்கிலத்தில் சைலன்ட் ஹார்ட் அட்டாக் என்பார்கள்.

சர்க்கரை நோய் இதயத்தை விரிவடைய செய்து இதயம் இயங்கும் நரம்புகளைப் பாதித்துவிடுவதால் மூளைக்கு வலி சமிக்ஞை போகாது. ஆகவே, வலி தெரியாமல் இதயம் நின்று உயிர் போய்விடும். ஆகவே, சர்க்கரை நோயாளிகள் குறிப்பாக இன்சுலின் எடுத்துக்கொள்பவர்கள் இதயத்தையும் அடிக்கடி சோதனை செய்து பார்த்துக்கொள்ள வேண்டும்.

மாரடைப்பைப் பற்றிய சில முக்கிய விவரங்களை இந்தப் பகுதியில் தெரிந்துகொள்ளலாம்.

மாரடைப்பு

மாரடைப்பு திடீரென ஏற்படுகிற ஒன்று. ஆனால், மாரடைப்பு தோன்றுவதற்கு ஒரு வாரமோ அல்லது அதற்கு முன்போ சில அறிகுறிகள் நோயாளிக்குத் தோன்றுகின்றன.

அஞ்சைனா எனும் நெஞ்சுவலி அறிகுறி இதில் குறிப்பிடத்தக்கது. இந்த வலி தோன்றுகிற இடம், இந்த வலியின் இயல்பு, வலி ஆகிய யாவுமே மாரடைப்பு நோய் போன்று இருந்தாலும் இது வேறு. இந்த நெஞ்சுவலி தோன்றி சில மணித்துளி அல்லது சில மணி நேரங்களில் மறைந்துவிடும்.

தலைச்சுற்றல், கிறுகிறுப்பு அல்லது மயக்கம் ஆகியவை மாரடைப்புக்கான பிற அறிகுறிகளாகும்.

அடிக்கடி தலைச்சுற்றல், கிறுகிறுப்பு மயக்கம் ஏற்பட்டால் உடனே இ.சி.ஜி. பரிசோதனை செய்வது நலம். தலைச்சுற்றல் கிறுகிறுப்பு, மயக்கம் இவையே மாரடைப்பு நோயின் முதன்மை அபாய அறிகுறிகளாக பல நேரங்களில் அமைந்துவிடுகின்றன. பெரும்பாலும் இவை இதய ரத்த ஓட்டம் தொடர்பான அனைத்து நோய்களிலும், பிற பொதுவான நோய்களிலும் சாதாரணமாகக் காணப்படும் அறிகுறிகளாகும்.

மாரடைப்பின் இன்னொரு அறிகுறி, சாப்பிட்டவுடன் நெஞ்சில் ஏற்படுகிற ஒரு அசௌகரியம். பெரும்பாலும் இத்தகைய நிலையை ஏதோ செரிமானக் கோளாறாகக் கருதி அறிகுறியை அலட்சியப்படுத்திவிடுகிறார்கள். ஆனால், இந்த அறிகுறி ஏற்பட்ட நோயாளிகளைப் பரிசோதித்து இ.சி.ஜி. பரிசோதனைகளைச் செய்யும்போது, இத்தகைய அறிகுறிகள் பலருக்கு இதய நோய் அதிலும் குறிப்பாக மாரடைப்பு நோய் இருப்பதாகப் பல நேரங்களில் தெரிய வந்திருக்கிறது.

குறிப்பாக, நடுத்தர வயதில் உணவு உண்ண பின்னர் நெஞ்சில் வலி அல்லது ஒரு பளு அழுத்துவது போன்ற உணர்வு நீண்ட காலமாக இருந்தால், அந்த அறிகுறிக்குப் போதிய முக்கியத் துவம் அளித்து நோயை சரிவர கண்டுபிடிக்கும் முயற்சியில் உடனடியாக ஈடுபட வேண்டும்.

மருந்துகளைத் தாங்களாகவே சாப்பிட்டு தாற்காலிக பலன் கிடைத்ததன் காரணமாக சரியான மருத்துவரிடம் உரிய பரிசோதனைகளைப் பெறுகிற வாய்ப்புகளை நழுவ விடுகிற தவறு பல நேரங்களில் நேரிடுகிறது. யாருமே செரிமானம் தொடர்பான வயிற்றில் ஏற்படும் வசதிக் குறைவுக்கு நீண்ட நெடுங்காலமாக மருத்துவரைக் கலந்தாலோசிக்காமல் இருப்பது எந்தவிதத்திலும் நியாயமில்லை.

இந்த நோய் அறிகுறி நரம்பு மண்டலம், செரிமான உறுப்பு கள், உள்-உடல் தொடர்பு ஆகிய பல்வேறு துறை சார்ந்த நோய்களால் இருக்கலாம். இத்தகைய அறிகுறியில் மாரடைப்பு போன்ற நோயின் அபாயம் தொடங்கிக் கொண் டிருப்பதையும் மறந்துவிடக் கூடாது.

மேல் மூச்சு வாங்குவது, மாரடைப்பு நோயின் இன்னொரு முக்கிய அறிகுறி. செங்குத்தான ஓர் இடத்துக்கு ஏறிச் செல்லுதல், படிக்கட்டுகளில் ஏறுதல், ஊர்தியைப் பிடிக்க ஓடிச்செல்லுதல் ஆகிய ஓரளவு கடின உழைப்பை ஆற்றும் நிலையில் மேல் மூச்சு வாங்குவது இயல்புதான்.

கொஞ்சம் அதிக உடல் உழைப்பு ஒருவருக்கு மேல் மூச்சு வாங்குகின்ற நிலையை ஏற்படுத்துமானால் அவர் உடனடி யாக மருத்துவ ஆலோசனை பெறுவது அவசியமான

ஒன்றாகும். இவ்வாறு மேல் மூச்சு வாங்குவது சில விநாடி, சில மணித்துளிகளுக்கு மேல் தொடர்ந்து இருக்குமானால் இதயத்தையும் பிற உறுப்புகளையும் பரிசோதிக்கும்வரை அதிக உடல் உழைப்பில் ஈடுபடக் கூடாது. சில நேரங்களில், ஆஸ்துமா நோயாளிக்கு இழுப்பதைப் போன்று மேல் மூச்சு வாங்கினால் மருத்துவப் பரிசோதனை செய்யவேண்டும்.

நெஞ்சில் தோன்றுகிற வலி, மாரடைப்பு நோயின் பிரதான அடிப்படையான முக்கிய அறிகுறியாகும். நெஞ்சு வலி என்று சொல்லும்போது நெஞ்சின் மேல்பகுதியில் தோன்றுகிற வலிக்கு மட்டுமே முக்கியத்துவம் கொடுக்காமல் இடது வலது கைகளில் தோன்றுகிற அல்லது உணவு உட்கொண்ட பிறகு நெஞ்சின் மத்தியில் தோன்றுகிற வலி ஆகியவற்றை மனத்தில்கொள்ள வேண்டும்.

இந்த வகையான வலிகளை மிக லேசாகக் கருதக் கூடாது. சுகாதாரமானவருக்கு இத்தகைய வலி தோன்ற முடியாது. ஆகவே, ஒருவருக்கு வலி தோன்றுகிறது என்றால் ஏதோ ஒரு தவறு நிகழப்போவதின் அபாய அறிவிப்பாக இந்த வலியைக் கருதவேண்டும்.

மாரடைப்பின்போது உணர்விழத்தல், மார்பில் படபடப்பு போன்றவையும் நிகழக்கூடும். ரத்த சோகை, உணர்ச்சி வசப்படுதல் போன்ற பிற காரணங்களாலும் இதய நோயின்றி உணர்விழக்கும் நிலை உருவாகலாம். மார்பு படபடப்பு இதய நோயின் அறிகுறியாகத்தான் இருக்க வேண்டும் என்பதில்லை. ஆனால், இந்த இரண்டு அறிகுறிகளும் என்ன காரணத்தால் ஏற்படுகின்றன என்பதை அறிந்துகொள்ளுதல் அவசியம்.

கால்களைக் காதலியுங்கள்!

13

நீண்ட நாள் சர்க்கரை நோயாளிகளின் உடலில் பிற இடங்களைவிட காலில் ஏற்படும் காயங்கள், புண்கள் எளிதில் ஆறாது.

இதற்கு என்ன காரணம் என்றால், அதிக சர்க்கரையால் ரத்த நாளங்கள் சுருங்கி, காலுக்கு சரியான ரத்த ஓட்டம் இருக்காது. இதயம் சுருங்கி விரியும் செயல்பாட்டினால் வெளியேறும் ரத்தம், நீண்ட தொலைவில் உள்ள கால்களுக்குப் பயணித்து அப்பகுதியை முழுமையாக அடையாது.

சுருக்கமாகச் சொல்லப்போனால் கால், பாதங்களில் உள்ள ரத்தக்குழாய்கள் சர்க்கரை நோயினால் பலத்த சேதமடைகின்றன. இதனால் ரத்த ஓட்டம் குறைந்து செல்கள் மடியத் தொடங்குகின்றன.

காயம் பட்ட இடத்தில் சர்க்கரை அதிகமாக இருக்கும். ஆனால், செல்களில் காயத்தை ஆற்றுவதற்குத் தேவையான ஊட்டச்சத்துக்கள் குறைவாக இருக்கும்.

குறிப்பாக வெள்ளை அணுக்கள் சரிவர செயல்படாத நிலை உண்டாகி விடும். இதனால்தான் காயம் மெல்ல ஆறுகிறது.

காயம் ஆறாத பட்சத்தில் அதைச்சுற்றி சிவப்புப் புள்ளிகள் தோன்ற ஆரம்பிக்கும். கிருமிகள் தொடர்ந்து அதன் வழியாகத் தொற்றுவதால் காயம் அழுகத் தொடங்கும்.

பெரும்பாலும் கால் ரணங்கள் வயதானவர்களுக்கு வரும் போதுதான் கால்கள் அழுகும் நிலை அடைகிறது. காரணம், இவர்களுக்குத்தான் ரத்த ஓட்டக்குறைவாக இருக்கும். நோய் எதிர்ப்புத்திறனும் குறைந்திருக்கும். இந்த வாய்ப்பைப் பயன்படுத்தி கிளாஸ்டிரியம் வெல்ச்சை என்ற கிருமிகள் பாதம் முதல் மெல்ல மெல்ல ஒவ்வொரு பகுதியையும் அரித்து அழுகச் செய்கிறது.

இந்த அழுகலை உடனடியாகத் தடுக்காவிட்டால் பிற உறுப்புகளுக்கும் பரவும் என்பதால்தான் உடனடியாக பாதிக்கப்பட்ட உறுப்பை வெட்டிவிடுகிறார்கள்.

கால்கள் பாதிக்கப்பட்டதன் அறிகுறிகள்

- காலின் நுனிப்பகுதியில் எரிவது போன்ற உணர்ச்சி,
- சுருக் சுருக் எனக் குத்தும் உணர்வு,
- உணர்ச்சியின்றி மரத்துப்போதல்,
- தரையின் நடந்தால் பஞ்சு மீது நடப்பது போன்ற உணர்வு

போன்றவை இருக்கும். இந்த நிலைக்கு வந்துவிட்ட நோயாளிகள், இடறிக் கீழே விழுந்தாலோ அல்லது எதிலா வது இடித்துக் கொண்டாலோகூட காயம் படுவதை உணர்ந்துகொள்ள முடிவதில்லை. அதனால், நடக்கும்போது எச்சரிக்கையாக நடக்க வேண்டும்.

காலில் ரத்த ஓட்டம் குறைந்தால் சிறிது தூரம் நடந்தாலே கால்கள் வலித்தல், உட்கார்ந்து செல்லலாம் என்பது போன்ற உணர்வு, பாதங்கள் மற்றும் விரல்களில் எரிச்சல், கால் குடைச்சல் போன்றவை இருக்கும். மசாஜ் செய்தால் சுகமாக இருக்கும். சர்க்கரை வியாதியால் கால்கள் பாதிக்கப்படாமல் தவிர்க்க துவக்கத்தில் இருந்தே சர்க்கரையைக் கட்டுக்குள் கொண்டுவந்துவிட வேண்டும்.

தேவையான இன்சுலின் பயன்படுத்துதல், முறையான உடற்பயிற்சி மூலம் ரத்த ஓட்டத்தை சீராக்க முடியும்.இதன் மூலம் சத்துகளை எல்லா செல்களும் சீராகப் பெறும்.

காலில் நகங்கள் வளர்ந்தால் மேலோட்டமாக வெட்டி யெடுக்க வேண்டும். உள்நோக்கி வளர்ந்தால் டாக்டரிடம் செல்லுங்கள்.

அழுகல் நோய்

இறந்த செல்களை உண்ணும் அழுகல் நுண்ணுயிர் என்ற பாக்டீரியா, சர்க்கரை நோயினால் தன்மை மாறி நல்ல செல்களையும் தின்றுவிடக்கூடும். ரத்த ஓட்டம் இல்லாமல் செத்த செல்களின் அருகே உள்ள நல்ல செல்களுக்கு இந்த பாதிப்பு ஏற்படுகிறது. இப்படிப் பரவுவது அழுகல் நோய் எனப்படுகிறது.

அறிகுறிகள்

நோயுற்ற பகுதியில் ரத்த நுண் குழாய்கள் சிதைவுற்று சிகப்பணுக்கள் அழிக்கப்பட்டு வெளிப்படும். இதனால், இப்பகுதி கறுத்துக் காணப்படும். ரத்த ஓட்டம் முற்றிலும் தடைப்பட்டு நாடித்துடிப்பு மறையும். அந்த பகுதியில் வெப்பம் இழப்பு, உணர்விழப்பு மற்றும் செயல் இழப்பு ஏற்படும்.

இந்த அறிகுறிகள் தோன்றினாலும் பாதிக்கப்பட்ட பகுதி சிறிய பரப்பாகவும், இப்பகுதியில் நச்சேற்றம் ஏற்படாமலும் பாதிக்கப்பட்ட பகுதியைச் சுற்றிலும் ரத்த ஓட்டம் நிறைந்தும் இருந்தால் இந்த நோயிலிருந்து தப்பிக்கலாம்.

அழுகல் நோயில் கருகல், அழுகல், காற்றுப்புகும் அழுகல் என்ற வகைகள் உள்ளன.

கருகல் நோய்

இந்த நோயின்போது தமனிகள் மட்டும் அடைபடும். சிரைகள் அடைபடாது.

எனவே, பாதிக்கப்பட்ட பகுதியிலிருந்து உடல் நீர் சிரை வழியாக வழியும். இதனால் திசு நீர் ஆவியாகி திசு உலரும்.

பாதிக்கப்பட்ட திசுக்கள் உலர்ந்து கடினமாகி சுருங்கும். ரத்த சிவப்பணுக்கள் அழிவதால், இப்பகுதியில் இரும்புச்சத்து வெளிப்பட்டு பாதிக்கப்பட்ட பகுதி கறுப்பு நிறமாகும்.

தோலின் அடியில் கொழுப்பு விடுவிக்கப்படுவதால் ஆழத்திலுள்ள அமைப்புகள் தெளிவாகத் தெரியும்.

இந்த நோயின்போது மிதமான காய்ச்சல், கடும் வலி ஆகியவை இருக்கக்கூடும்.

காற்றுப்புகும் அழுகல்

கிளாஸ்ட்ரீடியம் வெல்சை என்ற நுண்ணுயிரிகள் காயங்கள் வழியே உடலுக்குள் புகுந்து ஒரு நாளுக்குள் தசைகளைத் தாக்கி வீக்கம், வலியை உண்டாக்கும்.

இதனால், தசை மென்மையாகி, காயத்தில் இருந்து நாற்றத்தோடு கூடிய சீழ், காற்றுக் குமிழிகளுடன் வெளியேறும். இந்த நோயின்போது காய்ச்சல், வியர்வை, சோகை ஆகியவை ஏற்படும். தீவிர சிகிச்சை அளிக்காவிட்டால் நோயாளியைக் காப்பாற்றுவது கடினம்.

புகைத்தல், மதுப் பழக்கம் போன்றவை இந்த நோயை அதிகரிக்கும்.

ரத்த சர்க்கரையைக் கட்டுப்படுத்துதல், அறுவைச் சிகிச்சை போன்றவை பலன் தரும்.

நாள்பட்ட கட்டுப்பாடு இல்லாத சர்க்கரை நோயாளிகளில் பலருக்குக் கால்களில் ரத்த ஓட்டம் குறைந்து கிருமித் தொற்றுகள் உண்டாகிறது. பாதிக்கப்பட்ட கால்களில் அழுகல் நோய் தோன்றி இறுதியில் கால்களை எடுக்க வேண்டிய கட்டாயம் ஏற்படுகிறது. முன்னெச்சரிக்கையுடன் இருந்தால் கால்களைக் காப்பாற்றலாம். சர்க்கரை அளவு கட்டுப்பாட்டில் இருந்தால் மட்டுமே இது சாத்தியம்.

கால் பாதுகாப்பு முறைகள்

- அன்றாடம் பாதங்களை நன்கு கவனிக்க வேண்டும். விரல் இடுக்குகளில் அழுக்கு மற்றும் நீர் சேராமல் நன்கு துடைக்க வேண்டும்.

- பாதத்தின் சருமம் உலர்ந்திருந்தால் எண்ணெய் அல்லது வாஸலின் தடவி வெடிப்பு இல்லாமல் பார்த்துக்கொள்ள வேண்டும்.
- விரல் நகங்களை அவ்வப்போது கத்தரித்து சுத்தமாக வைத்துக்கொள்வது நல்லது. ஆனால், நகங்களை வெட்டும்போது காயம் ஏற்படாமல் பார்த்துக்கொள்வது அவசியம்.
- காலணிகள் இன்றி நடப்பதை அறவே தவிர்க்க வேண்டும்,
- கால்வலி என்று சுடுநீர் ஒத்தடம் கொடுக்கக் கூடாது.
- காலணிகளையும் அன்றாடம் ஆராய வேண்டும். சில இடங்களில் தேய்ந்து இருப்பது நோயாளிகள் நடக்கும் விதம் மாறுபட்டு இருப்பதைக் குறிக்கும். காலணியில் சிறு கற்கள், ஆணிகள் போன்றவை உள்ளதா என்பதை கவனித்து அவற்றை அப்புறப்படுத்த வேண்டும்.
- பருத்தி காலுறைகள் (Socks) மட்டுமே பயன்படுத்தவும், நைலான் காலுறைகள் வேர்வையை உறிஞ்சாது. ஃபங்கஸ் மற்றும் இன்ஃபெக்ஷன் தோன்ற வாய்ப்பு உள்ளது.
- காலில் ஆணி போன்றவைகளுக்கு சுய சிகிச்சை செய்யவே கூடாது.
- காலில் சிறு புண் அல்லது சிறிய மாற்றம் தென்பட்டாலே உடனடியாக மருத்துவ ஆலோசனை பெறவேண்டும்.
- ரசாயனக் கலவை உள்ள மருந்துகளை கால்களுக்குத் தடவக் கூடாது.
- நீரிழிவு நோயாளிகள் புகைப் பிடிப்பதை கண்டிப்பாக தவிர்க்க வேண்டும்.
- கால்களுக்கு சீரான ரத்த ஓட்டம் ஏற்படுவதற்கு நடப்பது, உடற்பயிற்சி செய்வது நன்மை பயக்கும்.
- கால்களுக்கு இதமளிக்கும் என்பதற்காக கால்களை குளிர்ந்த நீரிலோ, சுடுநீரிலோ நனைப்பது கூடாது.
- நெடுநேரம் உட்கார நேரும்போது, கால்மேல் கால் போட்டுக்கொண்டு உட்காரக் கூடாது. இதனால் ரத்த ஓட்டம் தடைபடக்கூடும்.

- காலில் உணர்ச்சியைக் கண்டறிய மெல்லிய நூலிழைகள் உள்ளன. இவற்றின் உதவியுடன் நோயாளிகள் சுய மாகவே பரிசோதித்துக்கொள்ள வேண்டும்.
- காலில் ஏற்கெனவே புண் ஏற்பட்டு சிகிச்சை பெற்றவர்கள் கால் பாதுகாப்பைத் தீவிரமாகக் கையாள வேண்டும்.
- கால் பாதுகாப்புக்கு அடிப்படை, ரத்தத்தில் சர்க்கரை அளவை கட்டுப்பாட்டில் வைத்திருப்பதாகும்.

நோயாளி கால்களில் புண் என்ற உடனேயே மருத்துவ மனையில் அனுமதி பெற்று சிகிச்சை பெறுவது அவசியம். அலட்சியமாக விட்டுவிட்டால் நுண்கிருமிகள் எளிதில் உடம்பு முழுவதும் பரவிவிடும். பலவித ரசாயன மாற்றங்கள் ஏற்படும். எனவே, ரத்தத்தில் சோடியம், பொட்டாசியம், குளோரைடு மற்றும் பை-கார்பனேட் ஆகியவற்றின் அளவைக் கண்டறிந்து சிகிச்சை அளிக்க வேண்டும்.

புண் ஏற்பட்ட காலை சற்று உயரத்தில் வைத்திருக்க வேண் டும். சில மணி நேரங்களிலேயே கால்களில் மாற்றங்கள் தென்படுவதால் மருத்துவரின் கண்காணிப்பு அவசிய மாகிறது.

ரத்தத்தில் குளுக்கோஸின் அளவு கட்டுப்படவில்லை என்றால் காலில் சீழ் பரவியிருக்கும். குறையாத வீக்கம், தீராத வலி, கட்டுப்படாத ஜுரம் இருந்தால் அதுவும் காலில் சீழ் பரவியுள்ள நிலையையே குறிக்கும். இவற்றுக்கு தீவிர சிகிச்சை தேவை.

கால்களுக்கு தக்க சிகிச்சை அளித்தும் குறிப்பிட்ட கால கட்டத்துக்குள் புண் ஆறவில்லையென்றால், ரத்தக்குழாய் களில் அடைப்பு உள்ளதா அல்லது வேறு காரணங்கள் உள்ளதா என்று அறிய மருத்துவரை அணுக வேண்டும்.

நோயினால் பாதிக்கப்பட்ட திசுக்களை அப்புறப்படுத்தவும் நுண்கிருமிகள் பரவாமல் எஞ்சியுள்ள திசுக்களைப் பாது காக்கவும் கால் விரல்களை அகற்ற நேர்கிறது. நோயின் தன்மைக்கேற்ப இது மாறுபடும்.

காலில் ஏற்பட்டிருக்கும் புண் எந்த அளவு நுண்கிருமிகளால் ஏற்பட்டுள்ளது, எந்தளவு சீரான ரத்த ஓட்டம் இல்லாததால்

ஏற்பட்டுள்ளது என்பதைக் கண்டறிய வேண்டும். ரத்த நாளங்களில் அடைப்பு ஏற்பட்டால் அதனை ரத்த நாள அறுவை சிகிச்சை மூலம் சரிப்படுத்த முயற்சிக்க வேண்டும்.

அறுவை சிகிச்சை செய்வதோடு மட்டும் நோயாளி பூரண குணமடைவதில்லை. புண் ஆறிய பிறகும் சில பாதுகாப்பு முறைகளைக் கையாள வேண்டும்.

- மருத்துவரின் பரிந்துரைப்படி காலணிகளைப் பயன் படுத்த வேண்டும்.
- நீரிழிவு நோயைக் கட்டுப்பாட்டில் வைத்திருக்க வேண்டும்.
- முறையான பிஸியோதெரபி பயிற்சிகளை மேற்கொள்ள வேண்டும்.

சர்க்கரை நோயை சாதாரணமாக வைத்துக்கொள்ள முடியாது. நோய் காரணமாக இதயம், சிறுநீரகங்கள், கண்கள் பாதிக்கப்படுவதற்கான வாய்ப்புகள் அதிகம். எனினும் கால்கள் பாதிக்கப்படுவோர் மிக அதிகமாக உள்ளனர்.

பாதத்தில் எரிச்சல், மரத்துப்போதல் போன்ற அறிகுறிகள் தெரிய தொடங்கியவுடனே மருத்துவரைச் சந்திப்பது அவசியமாகும்.

தண்ணீரில் அதிகம் வேலை செய்யும் பெண்களுக்கு கால் விரல் இடுக்குகளில் சேற்றுப்புண் வருவதற்கு வாய்ப்புகள் அதிகம் உள்ளது. ரத்தத்தில் அதிக சர்க்கரை இருந்தால், புண்ணை கிருமிகள் ஆறவிடாமல் செய்துவிடும். ரத்தத்தில் உள்ள வெள்ளையணுக்கள் செயலிழந்துவிடுவதால் வெளியிலிருந்து வரும் கிருமிகளை எதிர்க்க முடியாமல் புண்ணுக்கு இடமளித்துவிடும்.

சர்க்கரை நோயாளிகள் உடற்பயிற்சிக்கு முன் தங்கள் உடலை எவ்வாறு தயார்படுத்துவது?

உடற்பயிற்சிக்கு முன் சர்க்கரை நோயாளிகளைத் தயார் படுத்துவது என்பதே ஒரு வகையான உடற்பயிற்சிதான்.

உடற்பயிற்சிக்கு முன் நம் உடலை முதலில் தயார்படுத்த வேண்டும். முதல் 5-10 நிமிடங்கள் நம் எலும்புத் தசைகளை

மெதுவாக ஒவ்வொன்றாக விரித்துச் சுருக்க வேண்டும். இறுதியாக 5-10 நிமிடங்கள் நாம் உடற்பயிற்சிக்கு முன் இருந்த நிலைக்கு உடல் பாகங்களை ஓய்வு நிலைக்குக் கொண்டுவர வேண்டும்.

உடற்பயிற்சிக்கு முன் கவனிக்க வேண்டியவை

- கால் நரம்புகளில் பாதிப்புள்ள சர்க்கரை நோயாளிகள் தங்கள் பாதங்களில் உணர்ச்சி இல்லாததால் உடற் பயிற்சிக்கு முன்னும் பின்னும் பாதங்களை நன்றாகப் பரிசோதித்துக்கொள்ள வேண்டும்.
- பாதங்கள் உலர்ந்த நிலையில் இருக்க வேண்டும்.
- பாதங்களுக்குப் பொருத்தமான, பாதுகாப்பான காலணி கள் அணிந்துகொண்டு உடற்பயிற்சி செய்ய வேண்டும்.
- சர்க்கரை நோயாளிகள் உடற்பயிற்சியின்போது, தான் ஒரு சர்க்கரை நோயாளி என்று ஓர் குறிப்பு வைத்திருக்க வேண்டும்.
- கோடைக் காலத்தில் உடற்பயிற்சிக்கு முன்னும், உடற் பயிற்சியின்போதும் தண்ணீர் தேவையான அளவு எடுத்துக்கொள்ள வேண்டும். ஏனெனில், தண்ணீர் தன்மை உடலில் குறைவாக இருக்கும்போது உடற்பயிற்சி செய் தால் இதயம் செயல்திறன் மற்றும் ரத்த அழுத்தம் பாதிக்கப்படும்.
- உடல் எடை மற்றும் உடலுக்கு ஏற்ற உடற்பயிற்சியைத் தான் செய்ய வேண்டும்.

கால்களுக்கான பயிற்சிகள்

ரத்தக் குழாய்கள் பாதிக்கப்படுவதால் நீரிழிவு நோயாளிகள் தங்கள் கால்கள் பராமரிப்பில் மிக அதிகமாகக் கவனம் செலுத்த வேண்டியிருக்கிறது. கால்களுக்குப் புத்துயிர் ஊட்டுவதற்கு பல்வேறு பயிற்சிகளை மேற்கொள்ளலாம். கீழ்க்கண்ட சிலவற்றைப் பின்பற்றுங்கள்.

★ தினசரி அரை மணி முதல் ஒரு மணி நேரமாவது வேக நடைப்பயிற்சி செய்யுங்கள். நடக்கும் தூரத்தைப் படிப்படியாக அதிகரியுங்கள்.

★ கெண்டைக் கால்களின் சதைகளை நீட்சி செய்யும் பயிற்சிகள் நல்ல பலனைத் தரும். உதாரணத்துக்கு, உங்களுக்கு வசதிப்படும் இடத்தில் சுவர் அல்லது மரத்தின் முன்பாக நின்றுகொண்டு அதை இரண்டு கைகளாலும் தாங்கிப் பிடிப்பது போன்று முழங்கையை மடக்காமல் உள்ளங் கைகளை அழுத்தி வைத்தபடி நில்லுங்கள். பின்னர் உள்ளங்கால்கள் தரையில் நன்றாக அழுந்தியிருக்க கைகளை மடித்தபடி சுவர் அல்லது மரத்தை நோக்கி சாயுங்கள். உடம்பு வளையக் கூடாது. தலை, உடம்பு, கால்கள் ஒரே நேர்கோட்டில் இருக்க வேண்டும். பாதங் கள் விலகக் கூடாது. குதிகாலை உயர்த்தாமல் பதினைந்து முறை இந்தப் பயிற்சியை செய்யுங்கள். இதனால், கெண்டைக்கால் பின்சதை எலாஸ்டிக் போன்று இழுத்து விடப்படும். அந்தப்பகுதியில் உள்ள ரத்தக் குழாய்கள் சுறுசுறுப்படைந்து செல்களுக்குச் செல்லவேண்டிய ரத்தம் உற்சாகமாகச் செல்லும். கால்கள் மரத்துப்போன உணர்வு ஏற்படுவதை இந்த பயிற்சியின் மூலம் தவிர்க்கலாம்.

★ நேராக நின்றுகொண்டு பாதத்தின் முன்பகுதியை, பெருவிரல் நன்றாக தரையில் அழுத்த குதிகாலை மட்டும் உயர்த்துங்கள். முடிந்த அளவு உயர்த்திவிட்டு பின்னர் தரையில் பதியுங்கள். தொடர்ந்து இருபது முறை இவ்வாறு செய்யுங்கள். ஒரு காலை தரையில் பதிய விடாமல் லேசாகத் தூக்கிக்கொள்ளுங்கள். மறு காலை முன்பு சொல்லியபடி குதிகாலை உயர்த்தி இறக்குங்கள். கால்களை மாற்றி பயிற்சியைத் தொடருங்கள்.

★ ஒரு நாற்காலியின் பின்புறமாக நின்று பிடித்துக்கொள் ளுங்கள். நின்ற இடத்திலேயே கால் விரல்களை மட்டும் உயர்த்தி தாழ்த்துங்கள். விரல்களுக்கு நல்ல எக்ஸர்சைஸ்.

★ ஒரு நாற்காலியை கையால் கெட்டியாகப் பிடித்துக் கொண்டு நேராக நில்லுங்கள். பின்னர் முதுகை வளைக் காமல் முழங்காலை மடக்கி கொக்கி போன்று காலை முன்னே தூக்குங்கள். பதினைந்து முறை இவ்வாறு செய்ய வேண்டும். பின்னர் மற்றொரு காலில் இதேபோன்று செய்யுங்கள்.

★ ஒரு நாற்காலியில் சகஜமாக உட்காருங்கள். பின்னர் கைகளைக் கட்டிக் கொண்டபடியே (ண்ணா...

வணக்கம்ணா... என்று கும்பிடு போடுவதைப் போல் இல்லாமல் நேரே நிமிர்ந்தபடி) நாற்காலியில் இருந்து எழுந்து மீண்டும் உட்கார வேண்டும். பதினைந்து முறை செய்யுங்கள்.

★ ஒரு ஸ்டூலில் ஏறிக்கொள்ளுங்கள். பேலன்ஸுக்கு சுவர் அல்லது அருகில் இருக்கும் பீரோவைப் பிடித்துக் கொள்ளுங்கள். ஒரு காலை மட்டும் ஊன்றிக்கொண்டு மற்றொரு காலை அந்தக் கால சுவர்க்கடிகார பெண்டூலம் போல முன்னும் பின்னும் வீசி ஆட்டுங்கள். மறுகாலிலும் அதேபோன்று பதினைந்து முறை செய்யுங்கள்.

கால் பிடிப்பு, அயர்ச்சி போவதற்கு இந்த பயிற்சிகள் மிகவும் உதவும். செய்துதான் பாருங்களேன்.

இன்றியமையாத இன்சுலின்

சர்க்கரை வியாதியைக் கட்டுப்படுத்தும் முறைகளில், மாத்திரைகள், இன்சுலின் அவசியம் தேவை.

உணவு மற்றும் உடற்பயிற்சியால் மட்டுமே சர்க்கரை நோயைக் கட்டுப்படுத்திக் கொள்ள இயலாத நிலை ஏற்படும்போது, பாதிக்கப்பட்டவர்களுக்கு சிகிச்சை தேவைப்படுகிறது.

மருந்துகள் பெரும்பாலும் கணையத்தைத் தூண்டி இன்சுலினை சுரக்கச் செய்வதற்கும், ரத்த சர்க்கரை கட்டுப்பாட்டில் இருப்பதற்கும், இன்சுலின் தேவையை சீராக வைக்கவும் மாத்திரைகள் பயன் தருகின்றன.

14

சல்பைனல் யூரியா மாத்திரைகள் (சாப்பிட்ட இரண்டு மணி நேரத்தில் இருந்து 24 மணி நேரம் வேலை செய்யக்கூடிய மாத்திரை வகையைச் சேர்ந்தவை. சாப்பிட்ட இரண்டு மணி நேரத்திலிருந்து

பன்னிரண்டு மணி நேரம் வரை வேலை செய்வது, உணவுக்குப் பிறகு ஒரு மணி நேரத்திலிருந்து அறுபது மணி நேரம் வரை பயனளிக்கக்கூடியது).

இதையடுத்து மெக்லிடினைட்ஸ், பைகுவானைட், ஆல்பா குளோசிடேஸ் தடுப்பான்கள், இன்சுலின் சென்சிடைசர் மற்றும் தயோஜோலிடினைடோன் போன்றவை குறிப் பிடத்தக்கவை.

இவற்றை வாய் வழியாகவே நோயாளிகளுக்குத் தரலாம். வாய் வழியாகக் கொடுத்தால் பயன்தராத மருந்து உள்ளது. அது இன்சுலின்.

சர்க்கரை நோயாளிகள் எல்லோருக்குமே இன்சுலின் மருந்தைப் பற்றிய விவரங்கள் தெரிந்திருக்கும்.

டைப்-1 நோயாளிகள் இன்சுலின் சார்ந்தவர்கள். டைப்-2-வினருக்குத் தேவைப்பட்டால்தான் இன்சுலின் பரிந்துரைக் கப்படும். இன்சுலின் என்பது ஒரு புரதம்.

எல்லா நோயாளிகளுக்கும் ஒரே மாதிரியான இன்சுலின் தரப் படுவதில்லை. இன்சுலினில் நான்கு முக்கிய வகைகள் உள் ளன. பல வழிகளில், ஒன்றிலிருந்து மற்றொன்று வேறுபடும்.

இன்சுலின் வகைகள்

- விரைந்து செயல்படக் கூடியது,
- நடுத்தரமாக செயல்படக் கூடியது,
- முன்பே கலந்தது,
- நீண்ட காலம் செயல்படக் கூடியது.

இவை விரைந்து செயல்படுவதிலும், நீண்ட நேரம் செய லாற்றலுடன் இருப்பதிலும், உச்சக்கட்டமாக செயல்படு வதிலும் வேறுபடுகின்றன.

விரைந்து செயல்புரியும் இன்சுலினை ரெகுலர் இன்சுலின் என்பார்கள். இது குறுகிய காலம் மட்டுமே செயல்புரியும். நாள் முழுவதும் பலமுறை இந்த ஊசியைப் போட்டுக் கொள்ள வேண்டும். இவை ஒரு மணி நேரத்துக்குள் வேலை

செய்யத் தொடங்கும். இதன் பலனை உடல் விரைந்து ஏற்றுக் கொள்ளும்.

நடுத்தரமாச் செயல்புரியும் இன்சுலின் மெதுவாக வேலை செய்யத் தொடங்கும். தினமும் ஊசியைப் போட்டுக் கொண்டால் போதும், வழக்கமாக வேலை செய்யும்.

நீடித்துச் செயல்படக்கூடிய இன்சுலின் இருக்கிறது. இது இருபத்து நான்கு மணி நேரம்வரை நிலைத்து பலனளிக்கும்.

முன்பே கலந்த இன்சுலின் என்பது, ரெகுலர் மற்றும் நடுத் தரமாக செயல்புரியும் இன்சுலின் கலவையைக் கலந்து ஒன்றாக்கப்பட்டு ஊசி வடிவில் கிடைக்கும். இதுவும் நாள் முழுவதும் செயல்படக்கூடியது.

இன்சுலின் தன்மை

பன்றிகளில் இருந்தும் பிற கால்நடைகளில் இருந்தும் தயாரிக்கப்படும் இன்சுலினைப் பொதுப் பிரிவு இன்சுலின் அல்லது ஆதார இன்சுலின் என்கிறார்கள். இன்சுலின் மருந்து கள் தற்போது முன்பைக் காட்டிலும் மிகவும் தூய்மை யானவையாகத் தயாரிக்கப்படுகின்றன. இன்சுலின் எப் போதும் யூனிட் முறையில்தான் அளக்கப்படுகிறது. இன் சுலின் யூனிட்டானது உலகம் முழுவதிலும் ஒரே மாதிரியாகத் தான் அளக்கப்படுகிறது.

இன்சுலின் வாங்கும்போது கவனிக்க வேண்டியவை:

இன்சுலின் மருந்து வாங்கும்போது தேவையான பிராண்டின் பெயர், அடர்த்தி மற்றும் வகையைப் பெறுகிறீர்களா என்பதை நிச்சயமாகத் தெரிந்துகொள்ள வேண்டும்.

மருந்து கடைகளுக்குச் செல்லும் ஒவ்வொரு முறையும், உபயோகித்த பாட்டிலை கொண்டு செல்லுங்கள்.

மருந்து தயாரிக்கப்பட்ட தேதி, காலாவதி ஆகும் நாள் ஆகியவற்றை சரிபார்த்துக்கொள்ள வேண்டும்.

காலாவதியாகும் நாள், திறக்கப்படாமல் குளிர்சாதனப் பெட்டியில் வைத்து பாதுகாக்கப்படும் மருந்துக்கு மட்டும்

தான் பொருந்தும். திறந்து, அறையின் தட்பவெப்பநிலையில் ஒரு மாதம்வரை வைக்கப்பட்ட மருந்துக்குப் பொருந்தாது.

அது ஒரே மாதத்தில் தன் தன்மையை, அடர்த்தியை இழந்து மாசுபட்டிருக்க வாய்ப்பிருக்கிறது. ஏற்கெனவே திறந்து வைத்து ஒரு மாதத்துக்கு மேலாகியிருந்த பாட்டில்களை மீண்டும் பயன்படுத்தாதீர்கள்.

இன்சுலின் முப்பது டிகிரி சென்டி கிரேடுக்கு மேல் சூடானால் கெட்டுவிடும் என்பதை கவனத்தில் வைத்துக்கொள்ளுங்கள்.

குளிர்சாதனப் பெட்டி கிடைக்காவிட்டால், இன்சுலினை மண் பாண்டத்திலோ, அதுபோன்ற அதிக வெப்பத்தை இழுக்காத பொருளிலோ வைக்கலாம்.

இன்சுலின் பயன்பாடு பற்றி சிகிச்சையளிக்கும் மருத்துவரிடம் கலந்தாலோசிக்க வேண்டும்.

இன்சுலின் ஊசி போடுவது எப்படி?

புதிதாக இன்சுலின் ஊசி பயன்படுத்துவோர், ஊசி போட்டுக் கொள்வது மிகவும் பயத்தை உண்டாக்கும் செயல் என நினைப்பார்கள். அது உண்மையல்ல. எளிதாக இந்த ஊசி போட்டுக்கொள்ளலாம்.

இன்சுலின் மருந்தை எடுத்துக்கொள்வதற்கு சிரிஞ்சுகள் அவசியம் தேவை என்பது உங்களுக்குத் தெரியும். பொதுவாக 40 ஐ.யு. அளவுள்ள சிரிஞ்சுகள் ஏற்புள்ளவை. இவற்றை வாங்கிப் பயன்படுத்தலாம்.

இன்சுலின் ஊசியை உடலில் செலுத்திக் கொள்வதற்கு முன்பு சிரிஞ்சு, ஆல்கஹால் தோய்த்த பஞ்சு, இன்சுலின் ஆகியவற்றை தயாராக வாங்கி வைத்துக்கொள்ளுங்கள்.

கைகளை சுத்தமாகக் கழுவிக்கொண்டு, பாட்டிலை உங்கள் உள்ளங்கைகளுக்கு இடையே வைத்து மெதுவாக உருட்ட வேண்டும். இது இன்சுலினை ஒன்றாகக் கலக்கும்.

குலுக்கக் கூடாது. குலுக்கினால், காற்று குமிழிகள் தோன்றி சிரிஞ்சினுள் செல்ல நேரிடலாம்.

இன்சுலின் புதிய பாட்டிலாக இருந்தால், பிளாஸ்டிக் மூடியைத் திறந்து வீசிவிடவும். இதேபோல், சிரிஞ்சின் ஊசி பொருத்தப்பட்டுள்ள மூடியையும் நீக்கவும்.

ஊசி, மேல் நோக்கியவாறு இருக்கும் வகையில் சிரிஞ்சை கண்ணுக்கு நேரே பிடிக்கவும்.

இன்சுலின் பாட்டில்கள் வாக்யூம் சீல் செய்யப்பட்டவை. நீங்கள் இன்சுலினை வெளியே எடுக்கும் முன்பு காற்றை பாட்டிலின் உள்ளே விடவேண்டும். மெதுவாக இழுக்க வேண்டும். சிரிஞ்சினுள் காற்று புகாதவாறு பார்த்துக் கொள்ள வேண்டும்.

காற்று இருந்தால் அதை வெளியேற்றிவிடுவது அவசிய மாகும். இவ்வாறு எடுத்துக்கொள்ளப்பட்ட இன்சுலின் ஊசியின் முனையில் மூடியிட்டு வைத்துக் கொண்டு, உடலில் குத்திக்கொள்ள நினைக்கும் இடத்தை ஆல்கஹால் கொண்டு நன்றாகத் துடைத்துவிட்டு ஊசி குத்தவேண்டும்.

ஊசி குத்திய இடத்தில் ஆல்கஹால் ஸ்வாப்பை வைத்து அழுத்திக்கொள்ள வேண்டுமே தவிர, துடைக்கக் கூடாது. ஊசியில் ஒரு துளி ரத்தம் வந்தாலும் அதைப் பற்றி பெரிதாக எடுத்துக்கொள்ள வேண்டாம்.

நீங்கள் எடுத்துக்கொண்ட இன்சுலின் அளவை ஒவ்வொரு முறையும் பதிவு செய்து வைத்துக்கொள்ள வேண்டும்.

கலக்கப்பட்ட இன்சுலினை ஐந்து நிமிடங்களுக்குள் ஊசி மூலம் உடம்பில் செலுத்திக்கொள்ள வேண்டும். நீண்ட நேரம் வெளியில் வைத்திருந்தால் இன்சுலின் மாறுபடக் கூடும்.

இன்சுலின் ஊசி போடும் இடங்கள்

இன்சுலின் ஊசியை உடலின் எந்தப் பகுதியில் போட்டுக் கொள்வது என்பதை நீங்கள்தான் தீர்மானித்துக் கொள்ள வேண்டும்.

கொழுப்பு நிறைந்த பகுதியில் ஊசி போட்டுக் கொள்ளும் பட்சத்தில், தொடையைவிட அடிவயிற்றில் ஊசி போட்டுக் கொள்வது எளிதாக இருக்கும்.

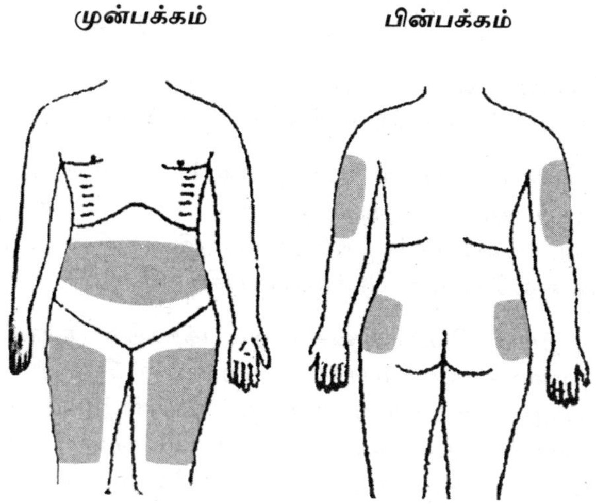

உடலில் இன்சுலின் போட்டுக்கொள்ளக்கூடிய இடங்கள்

இன்சுலின் ஊசியைப் போட்டுக்கொள்ளும் முன்பு சில அடிப்படை விஷயங்களை அறிந்து வைத்திருப்பது நல்லது.

- உடலின் சுமார் கால் பாக அளவு பகுதியை ஊசி போடும் இடங்களாகப் பிரிக்கவேண்டும். ஒவ்வொரு புதிய ஊசி குத்துவதையும் கடந்த முறை ஊசி போட்ட இடத்திலிருந்து குறைந்தது ஒரு விரல் அகலத்துக்கு அப்பால் இருக்குமாறு பார்த்துக்கொள்ள வேண்டும்.

- கையில் ஊசிபோடும்போது மேற்புறக் கையின் வெளிப் பின்புற இடத்தை பயன்படுத்தவும். இங்கே கொழுப்புத் திசுக்கள் உள்ளன. உடலில் எந்த இடத்திலும் தசைத் திசுவில் ஊசி போடாதீர்கள்.

- அடிவயிற்றில் கொழுப்பு நிறைந்த பகுதி எங்கு வேண்டுமானாலும் ஊசி குத்தலாம்.

- தொப்புளைச் சுற்றி இரண்டு அங்குல இடத்தைத் தவிர, இந்தப் பகுதியில் கெட்டியான திசுக்கள் உள்ளன. அவை சீரற்ற முறையில் இன்சுலினை கிரகிக்கக் காரணமாகின்றன.

- மச்சங்களோ அல்லது தழும்புகளோ இருந்தால், அந்தப் பகுதியில் ஊசி குத்துவதைத் தவிர்க்க வேண்டும்.
- தொடையில் ஊசி போடும்போது மேல் வெளிப்புறத் தொடைப்பகுதியில் ஊசிபோட வேண்டும்.
- காய்ச்சல் போன்ற வேளைகளில் உடல் உஷ்ணமாக இருப்பது, உணவுக் கட்டுப்பாடு, உடற்பயிற்சி மற்றும் மன உளைச்சல் ஆகியவை இன்சுலின் உடலில் வேலைசெய்யும் விதத்தைப் பாதிக்கும்.
- உடற்பயிற்சியும், இன்சுலினும் ரத்தத்தில் குளுக்கோஸ் அளவைக் குறைப்பதால், உடற்பயிற்சி செய்யும் முன்பு போதுமான அளவு சாப்பிட வேண்டுமா அல்லது இன்சுலினை குறைவாக எடுத்துக்கொள்ள வேண்டுமா என்பதைத் தீர்மானித்துக்கொள்ள வேண்டும்.
- ஒரு நாளைக்கு எவ்வளவு இன்சுலின் தேவை என்பதை அறிந்து, மொத்தத் தேவையில் மூன்றில் இரண்டு பங்கை காலையிலும், மீதமுள்ளதை மாலையிலும் போட்டுக் கொள்ள வேண்டும்.
- இன்சுலின் ஊசி போட்டபிறகு ஒத்தடம் கொடுக்க வேண்டாம். வெந்நீர் ஒத்தடத்தால் இன்சுலின் விரைவாக உறிஞ்சப்படவும், குளிர்ந்த நீர் ஒத்தடத்தால் மிக மெதுவாகவும் இன்சுலின் ஏற்பு இருக்கும்.

ஒரே இடத்தில் ஊசி போடுவதால் வரும் பிரச்னைகள்

- சருமத்தில் குழிகள் தோன்றலாம்.
- கட்டிகள் அல்லது கொழுப்புக் கட்டிகள் தோன்றலாம்.
- சருமத்தில் தடிமன்கள் தோன்றலாம்.

மேற்கண்ட ஏதேனும் ஏற்பட்டால், மேலும் அந்த இடத்தில் ஊசி குத்திக்கொண்டிருந்தால் இன்சுலின் வேலை செய்வது தாமதமாகும் என்பதைத் தெரிந்துகொள்ளுங்கள்.

புட்டத்தில் இன்சுலின் ஊசியைப் போட்டுக்கொண்டால் தாமதமாக அது வேலை செய்யும். தொடையில் போட்டுக் கொண்டால் அதைவிட சிறிது வேகமாக வேலை செய்யும். இதைவிட வேகமாக இன்சுலின் வேலை செய்ய வயிற்றின்

அடிப்பக்கத்திலும், மிக வேகமாக வேலை செய்ய கைகளிலும் இன்சுலின் போடலாம்.

இன்சுலினால் வரும் சிக்கல்கள்

உணவில் நேர மாறுதல் இருந்தாலும், சாப்பிடும் அளவு மாறுபட்டிருந்தாலும், கர்ப்பம் மற்றும் மது அருந்திய சமயங்களிலும், சிறுநீரகம் சரியாகச் செயல்படாவிட்டாலும் இன்சுலினை எடுத்துக்கொள்ளும் வேளையை சரியாகத் தீர்மானிக்க வேண்டும். இல்லாவிட்டால், ரத்தத்தில் சர்க்கரை அளவு குறைந்து விடுதல், இன்சுலின் ஒவ்வாமை, உடல் வீக்கம், இன்சுலின் எதிர்வினை போன்ற பிரச்னைகள் தோன்றும்.

அடிக்கடி விரதம் இருக்கும் சர்க்கரை நோயாளிகள், மது அருந்துவோர், கர்ப்பிணிகள், உணவு விஷயத்தில் கவனம் செலுத்தாதோர் ஆகியோர் இன்சுலினை போட்டதும் ரத்த சர்க்கரை அளவு குறைய வாய்ப்பு உண்டு.

இன்சுலின் போட்டுக்கொள்ளும் இடத்தில் வலி, நிறம் மாறுதல், வீக்கம் போன்றவை ஏற்படும். இவ்வாறு இருந்தால் இன்சுலின் ஒவ்வாமை ஏற்பட்டிருப்பதை அறியலாம்.

சரியான அளவு இன்சுலினை ஏற்றிக்கொள்ளாவிட்டால் பல சிக்கல்கள் வரும். ரத்த சர்க்கரை அளவு குறைதல், இதனால் உடல் வியர்த்தல், உடல் முழுவதும் சில்லிடுதல், கைகால்கள் மரத்துப்போதல், கை கால்கள் உணர்வுகள், தலைச் சுற்றல், பலவீனமாக இருப்பது போன்ற உணர்வு, இதயப் படபடப்பு, தலைவலி, பார்வை மங்குதல் போன்றவை அவற்றில் முக்கியமானவை.

இந்த எதிர்வினைகளை சரிப்படுத்த மருத்துவரின் ஆலோசனை அவசியம் தேவைப்படும்.

உடல் வீக்கம் அல்லது வேறு ஏதேனும் அலர்ஜி அல்லது பாதிப்புகள் காரணமாக ஏற்பட்டிருந்தால், மருத்துவரை அணுகி ஆலோசனை பெறவேண்டும்.

சில அறிவுரைகள்

- இன்சுலினை போட்டுக்கொண்டால் சர்க்கரை வியாதி குணமாகிவிடும் என நினைக்கிறார்கள். சர்க்கரை வியாதி

ஒருமுறை வந்துவிட்டால் அதை முற்றிலும் குணமாக்கு வதற்கான மருந்து மாத்திரை இன்னும் கண்டுபிடிக்கப்பட வில்லை. அதைக் கட்டுப்பாட்டுக்குள் வைத்துக் கொள்ளவே இதுவரை மருந்து மாத்திரைகள் உள்ளன.

- கடைகளில் இன்சுலினை வாங்கும்போது அதன் அடர்த்தி, அது நீண்ட காலம் செயல்படக்கூடியதா? குறுகிய காலம் மட்டுமே செயல்படக்கூடியதா? குறுகிய காலம் மட்டுமே செயல்படக்கூடியதா? தயாரிக்கும் கம்பெனி, அது முடிவுறும் தேதி ஆகியவற்றைக் கவனிக்க வேண்டும். காலாவதியான மருந்து மாத்திரை களால் உடல்நலம் கெட நேரிடும்.

- இன்சுலினை அதிகமாகப் போட்டுக்கொண்டால் உடனடி யாக மயக்கம் வந்துவிடும். இன்சுலின் மயக்கம் ஏற்படு கிறது என்றால், உடல் வியர்த்தல், கைகால் உதறல், பார்வைகள் இரண்டிரண்டாகத் தெரிதல், தலைவலி, எரிச்சல், நினைவிழப்பு போன்றவை வரும். இத்தகைய சூழல் ஏற்படும் முன்னரே சிறிது சர்க்கரையை வாயில் போட்டுக்கொள்வது நல்லது. இன்சுலினை வாங்கிப் பயன்படுத்தும் முன்னரே மருத்துவரை அணுகி சரியான அளவை தெரிந்துகொள்ள வேண்டும்.

- நீங்கள் பயன்படுத்தும் இன்சுலின் அளவு உங்கள் உணவு மற்றும் உடற்பயிற்சிகளின் அளவு, சிறுநீரில் வெளிப் படும் சர்க்கரையின் அளவு ஆகியவற்றைப் பொறுத்து அமைவதால், எப்போதும்போல் ஒரே அளவான இன்சுலின் போட்டுக்கொள்ளக் கூடாது.

- இன்சுலின் காரணமாக மயக்கம் வரும் தன்மை உடைய வர்கள் மது அருந்தும் பழக்கத்தைக் கைவிட வேண்டும். மதுவின் போதையால் மயக்கத்தை உணர இயலாமல் போகும். மரணத்துக்கும் வழிவகுக்கும்.

சுற்றுமாற்று

ஒவ்வொரு தடவை இஞ்செக்ஷன் போடும்போதும் வெவ் வேறு இடத்தில் உடம்பின் வெவ்வேறு உறுப்புக்களில் போடுங்கள். இப்படிப் போடுவதற்குச் சுற்றுமாற்று என்று பெயர்.

தசைகள் பாதிக்கப்பட்டு சிதைந்து போகாமல் இருக்க இவ்வாறு இடத்தைச் சுற்றுமாற்று செய்ய வேண்டியது அவசியம். தசைகளின் பாதிப்பு இவ்வாறு நேரிடலாம்.

- வடுக்கள் ஏற்படும்
- புடைப்புகள் தோன்றும்
- தசை இறுகி மேடுகள் உருவாகும்

இவ்வாறு பாதிக்கப்பட்டுவிட்டால், போட்டுக்கொள்ளும் இன்சுலீன் முற்றிலுமாக உடம்பில் ஏற்கப்படும் என்று சொல்ல முடியாது. அதாவது, உங்கள் உடம்புக்குத் தேவை யான அளவு இன்சுலீன் போய்ச்சேராது. இன்சுலீன் தரும் பயன் எதிர்பார்த்த அளவு இராது. ஆகையால், ரத்தத்தில் சர்க்கரை அளவைக் கட்டுப்படுத்துவது சிரமமாகிவிடும்.

உஷார்! மயங்கிவிடுவீர்கள்

15

சர்க்கரை நோயாளிகள் திடீரென்று மயக்கம் அடைந்துவிடுவார்கள். அடிக்கடி இப்படி நடக்கும். உடனடி சிகிச்சை தரப்படாவிட்டால் சில வேளைகளில் கோமா நிலைகூட உண்டாகிவிடும். இன்சுலினை தொடர்ந்து பயன்படுத்து வருபவர்கள் அதை உடனே நிறுத்தக் கூடாது. நிறுத்தினால் மயக்கம் வரும்.

ஏன் தெரியுமா?

நமது உடலில் சேமித்து வைக்கப்பட்டுள்ள சர்க்கரையும், கொழுப்பும் தேவைப்படும் நேரத்தில் எரிக்கப்பட்டு சக்தியாகப் பயன்படுத்தப்படுவது தெரியும் அல்லவா? இதனால் ஏற்படும் நன்மையை விட தீமைதான் அதிகம். இது என்ன விசித்திரம்?

காரணம், சேமிக்கப்பட்டுள்ள கொழுப்பு மற்றும் சர்க்கரைப் பொருள்களை உடல் எரிக்கும்போது உடலில் நச்சுத்தன்மை மிக்க அமிலங்கள் அதிகரிக்கின்றன. இந்த

நச்சுத்தன்மையால்தான் சர்க்கரை நோயாளிகளுக்கு மயக்கம் ஏற்பட்டு மரணம் சம்பவிக்கிறது.

மயக்கம் வருவதற்கான அறிகுறிகள்

குமட்டல், வாந்தி வருவது போன்ற உணர்வு, அசௌகரியம், உடல் நலமில்லாதது போன்ற உணர்வு, அதிக தாகம், பசியின்மை, மூச்சிரைப்பு, மனக்குழப்பம், சுய நினைவை இழத்தல், வயிற்று வலி, கண் பார்வை மங்குதல், தூக்கக் கலக்கம், இதயம் மெதுவாகத் துடித்தல் போன்ற அறிகுறிகள் தோன்றும்.

இந்த நிலை தொடர்ந்து நீடிக்கும்நிலையில் மயக்கம் ஆரம் பிக்கும். கொஞ்சம் கூடுதலாக சாப்பிட்டுவிட்டால் மயக்கம் ஏற்படும் அல்லது மயக்கம் வருவதைப்போன்ற உணர்வு எழும்.

கை, கால்களில் அதிகமாக காயம் பட்டிருந்தாலும், தோல் வறட்சியடைந்திருந்தாலும், சரியான தருணத்தில் இன்சுலின் ஊசி போடாதிருத்தல் போன்ற காரணங்களால் மயக்கம் ஏற்படுகிறது.

இன்சுலின் ஊசியைப் பயன்படுத்தத் தவறினாலும், மாத்திரையை மறந்துவிட்டாலும் மயக்கம் வரும். கலப்பு முறை இன்சுலினை சரியான முறையில் கலக்காமல் போட்டுக்கொண்டாலும் மயக்கம் வரும்.

இன்சுலினை போட்டுக்கொண்டால் அல்லது தானாக சில மணி நேரங்களில் இந்த மயக்கம் தெளிந்துவிடுவதுண்டு.

இன்சுலினால் வரும் மயக்கம்

ரத்த சர்க்கரை அதிகமாகும்போது மயக்கம் வருவதைப் போலவே, அளவுக்கு அதிகமாக இன்சுலினைப் போட்டுக் கொண்டாலும் மயக்கம் வரும். இதைப் பற்றி சரியாகப் புரிந்துகொண்டால் இன்சுலின் மயக்கத்தை தடுக்கலாம்.

இன்சுலினில்,

- **பிளெயின் இன்சுலின்**
- **என்பிஎச் இன்சுலின்**

- **லென்டி இன்சுலின் மற்றும்**
- **பிஇசட்ஜ இன்சுலின்**

என்ற வகைகள் உள்ளன.

இவை ஒவ்வொன்றும் ஒவ்வொரு வகையான செயல் திறன் கொண்டவை.

பிளெயின் இன்சுலின் என்கின்ற சுத்த இன்சுலின் ஒளி ஊடுரும் தன்மையுடையது. செலுத்திக்கொண்ட பிறகு நான்கு முதல் ஆறு மணி நேரம் வரை உடலில் செயல்படும். சாப்பிட்ட உடனே சர்க்கரை அதிகரிக்கும் நோயாளிகளுக்கு இது தேவை. தினமும் மூன்று வேளை பயன்படுத்த வேண்டும். நீண்ட நேரம் வேலை செய்யும் இன்சுலின்களில் லென்டி இன்சுலின் பதினெட்டு முதல் இருபத்து நான்கு மணி நேரம் வரை செயல்புரியும். இந்த இன்சுலினுடன் துத்தநாகம் மற்றும் புரொடமின் போன்றவை சேர்ந்திருக்கும்.

என்பிஎச் இன்சுலினில் அதிக துத்தநாகம், குறைந்த புரோடமின் சேர்த்து பிளெயின் இன்சுலினுடன் கலந் திருப்பர்.

பிஇசட்ஜ இன்சுலின் சுமார் முப்பத்தாறு மணி நேரம் வரை பணி செய்யக்கூடியது. தினமும் ஒருவேளை மட்டும் போட்டால் போதும்.

இன்சுலின் பயன்படுத்துவோர், இந்த விவரங்களை யெல்லாம் நன்றாக அறிந்திருக்க வேண்டும். ப்ளெயின் இன்சுலின் போட்டுக்கொள்வோருக்கு இத்தகைய மயக்கம் எளிதில் வரும் என்பதைக் குறிப்பிட்டுச் சொல்ல வேண்டி இருக்கிறது.

வழக்கத்தைக் காட்டிலும் குறைவாக உண்ணும்போதும், மாத்திரைகளை அளவுக்கு அதிகமாக எடுத்துக்கொள்ளும் போதும் மயக்கம் உண்டாகிறது.

இன்சுலின் மயக்கத்தை அறியும் வழிகள்

மயக்கம் திடீரென வரலாம். கிறுகிறுப்பு, தலைச்சுற்றல் இருக்கும். இதயம் படபடப்பாகத் துடிக்கும். மயக்கத்தின்

போதே பசி எடுக்கும். தாகம் இருக்காது. உடலெல்லாம் வியர்க்கும். பார்ப்பவை இரண்டு இரண்டாகத் தெரியும். தலை வலிக்கும், எரிச்சல் வரும், வாந்தி அதிகமாக வரும், தூக்கத்துக்குப் பதில் குழப்பம் அதிகரிக்கும். பிறரைப் பார்த்ததும் எரிச்சல் வரும், சிறுநீரில் சர்க்கரை இருக்காது. திடீரென சுய நினைவு இருக்காது. சிகிச்சைக்குப் பிறகு மயக்கம் தெளிவும்.

சிக்கல்கள்

சர்க்கரை வியாதியின்போது வரும் மயக்கம் அதிக பாதிப்பை விளைவிக்காது. ஆனால், இன்சுலின் மயக்கம் ஆபத்தை விளைவிக்கும். இந்த மயக்கம் திடீரென ஆரம்பித்து தொடரும். எனவேதான், சர்க்கரை நோயாளிகள் எப்போதும் கைவசம் கொஞ்சம் இனிப்பான சாக்லேட் போன்ற திண் பண்டங்களை வைத்திருக்க வேண்டும். மயக்கம் வருவது போல் இருந்தால் உடனடியாக அவற்றை சாப்பிட்டால் மயக்கம் வராது.

மயக்கமடைந்தவர்களை உடனடியாக அருகில் உள்ள மருத்துவமனையில் அனுமதித்து குளுக்கோஸ் கரைசலை நரம்பு வழியாக உடலில் செலுத்தலாம். எனவே, மயக்கம் வரக்கூடிய தன்மையுள்ளவர்கள் எப்போதும் கவனமாக இருக்கவேண்டும்.

சர்க்கரைக்கு 'டூ' விடலாம்...

16

'இதுவரை சர்க்கரை நோய் இல்லாதவர்களுக்கு முன்யோசனைகளைக் கூறினீர்கள் சரி. எங்களைப் போன்று சர்க்கரை நோயால் பாதிக்கப்பட்டவர்களுக்கு வழிகாட்டுதல், அட்வைஸ் ஒன்றும் இல்லையா' என்று கேட்பது புரிகிறது.

உங்கள் வாழ்வை வளமாக்குவதற்கு மிகவும் எளிய ஐந்து வழிகள் உள்ளன.

- நீடித்த உடற்பயிற்சி
- சமச்சீர் உணவுமுறை
- சரியான உடல் எடை
- டென்ஷனைக் குறைத்தல்
- தவறாத மருத்துவ சிகிச்சை

இந்த ஐந்தையும் ஒழுங்காகப் பின்பற்றுபவர்களை சர்க்கரை நோய் ஒன்றும் செய்யாது என்று அடித்துச் சொல்வேன்.

சர்க்கரை வியாதியால் அதிக சிக்கல்கள் வரக் கூடாது என்று விரும்புபவர்கள் ரத்த சர்க்கரை அளவு எப்போதும் சரியான கட்டுப்பாட்டுக்குள் இருக்குமாறு பார்த்துக்கொள்ள வேண்டும்.

பார்த்துக்கொள்ளலாம் என அசட்டையாக இருந்தீர்கள் என்றால் பிரச்னைகள் ஏவுகணை வேகத்தில் வந்துவிடும்.

இதனால் சீக்கிரமே மரணமடைதல், உடல் உறுப்புகள் செயல்படாமல் முடங்கிவிடுதல். கண்கள், சிறுநீரகம், இதயம் போன்ற உள்ளுறுப்புகள் பாதிக்கப்படுதல், பக்க வாதம் மற்றும் நரம்புத் தளர்ச்சி போன்ற நோய்களால் பல் வேறு இன்னல்களை அனுபவிக்க வேண்டியிருக்கும்.

பிறவியிலிருந்தே சர்க்கரை நோய் இருந்தால் மருந்து மாத் திரைகள்தான் கதி. இன்சுலின் தேவையிருந்தால், ஒருநாள் கூட விடாமல் செலுத்திக்கொள்ளுங்கள்.

இடையில் வந்திருந்தால் உடற்பயிற்சி மற்றும் உணவு முறையின் மூலமே கட்டுப்படுத்தலாம்.

இடையில் நோய் ஏற்பட்டு மருந்து மாத்திரைகளை சாப்பிட் டால், இன்சுலினை கணையம் உற்பத்தி செய்யும். ஆனால், சர்க்கரை அளவு அதிகமாக இருந்தால் மருந்து மாத்திரைகள் எதிர்பார்த்த பலனைத் தராது. அத்தகைய சூழலில் இன்சுலின் மருந்தை மட்டுமே நம்பியிருப்பது ஒன்றும் மோசமில்லை.

நோயைக் கட்டுப்படுத்திவிட்டால் மாத்திரைகளே போது மானது. ஆரம்பநிலையிலேயே சிகிச்சை மேற்கொண்ட வர்கள் உடற்பயிற்சி, உணவுக் கட்டுப்பாட்டின் மூலம் சர்க்கரையைக் கட்டுக்குள் வைத்திருக்கலாம். அவர்கள் மாத் திரை சாப்பிடுவதைக் கைவிடுமாறு டாக்டர்கள் அறிவுறுத்தக் கூடும்.

சர்க்கரை நோய் கட்டுப்படாமல் தொடர்ந்து கொண்டிருந் தால், காலமெல்லாம் அதற்கான சிகிச்சையை பெறவேண்டி இருக்கும். ஒரு கட்டத்தில் வெறுத்துப் போய்விடும். சிகிச்சையில் சலிப்பு ஏற்பட்டு டாக்டர்களின் பரிந்துரைகளை காற்றில் பறக்கவிட்டுவிடுவீர்கள்.

விளம்பரங்களில் வரும் பொருள்களில் மயங்கி இவை சர்க்கரை வியாதியை கட்டுப்படுத்தும் என நம்பி ஏமாறாதீர் கள். இதற்கு நீங்கள் விலை மதிப்பற்ற உயிரையும் விலை யாகத் தரநேரிடும்.

சர்க்கரை நோயை காலம் முழுக்க கட்டுப்பாட்டில் வைத்துக் கொள்வதற்கு விழிப்புணர்வோடு செயல்பட வேண்டும். அதற்கான மிக முக்கிய வழிகள் உள்ளன. அவற்றைப் பார்ப்போம்.

ரத்த சர்க்கரை கட்டுப்பாடு

விரதம் அல்லது பட்டினியாக இருக்கும்போது ரத்த சர்க்கரை அளவு 90-130 மி.கி. இருக்கவேண்டும். சாப்பிட்ட இரண்டு மணி நேரத்துக்குப் பிறகு 180 மி.கிராமுக்குள் இருக்க வேண்டும். கிளைகோசிலேட்டட் ஹீமோகுளோபின் (எச்பிஏ1 சி) ஏழு சதவீதத்துக்கும் குறைவாக இருக்கவேண்டும்.

ரத்த அழுத்தம்

ரத்த அழுத்தம் 130/80-க்கும் குறைவாக இருக்குமாறு பார்த்துக்கொள்ள வேண்டும். தொடர்ந்து ரத்த அழுத்தம் குறையாமல் இருந்தால் சிகிச்சை முறையில் மாற்றம் செய்துகொள்ளுங்கள்.

எடை குறைத்தல்

இடுப்பின் சுற்றளவு முப்பத்திரண்டு செ.மீக்கும் குறைவாக இருக்குமாறு குறைத்துக்கொள்ள வேண்டும்.

கொழுப்பு அளவைக் குறைத்தல்

- எல்டிஎல் கொழுப்பு 100 மி.கிராமுக்கு குறைவாக,
- டிகிளிசரைடு 150 மி.கிராமுக்குக் குறைவாக,
- எச்டிஎல் கொழுப்பு நாற்பது மி.கிராமுக்கும் அதிகமாக இருக்குமாறு பார்த்துக்கொள்ள வேண்டும்.

இவற்றையெல்லாம் மருத்துவரின் நேரடி மேற்பார்வையில் செய்துவந்தால் சர்க்கரை நோயை முழுமையான கட்டுப் பாட்டுக்குள் வைத்துக்கொள்ளலாம்.

உணவுமுறை:

உணவை தேவைக்கு அதிகமாக உண்டால் பிரச்னைதான்.

ஒருவேளை உண்பவன் யோகி, இருவேளை உண்பவன் போகி (சம்சாரி), மூன்று வேளையும் உண்பவன் ரோகி (நோயாளி) என்பது சித்தர்களின் வாக்கு.

யோகியாக இருக்க முடியாவிட்டாலும், போகியாக விரும்பு வோம். ஆனால், ரோகியாக யாருக்குத்தான் ஆசைவரும்?

சர்க்கரை நோயாளிகளைப் பொறுத்தவரை அவர்கள் ஏற் கெனவே ரோகியாகிவிட்டார்கள். இந்த நோயைத் தணிக்க ரோகியைவிட இருமடங்கு வேளை சாப்பிட வேண்டும் (அதாவது ஆறு முறை).

சர்க்கரை நோயாளிகளை, ஒல்லி, மிதமான உடல்வாகு, பருமன் என மூன்று வகையினராகப் பிரித்துக்கொண்டால் தான், எந்த வகையினருக்கு எவ்வளவு உணவு கொடுக்க வேண்டும் என்று முடிவு செய்யலாம்.

உங்கள் உடல்வாகு எப்படிப்பட்டது என்பதை முதலில் தீர்மானம் செய்துகொள்ளுங்கள். உயரம், எடையை அளந்து கொள்ளுங்கள். நீங்கள் மிகவும் ஒல்லியாக இருந்தால், இரண்டாயிரத்து அறுநூறு கலோரி தரும் உணவை கொஞ்சம் கொஞ்சமாகப் பிரித்து ஆறு வேளைகளாகச் சாப்பிடுங்கள்.

மிதமான எடை கொண்டவராக இருந்தால், இரண்டாயிரத்து இருநூறு கலோரி உணவைச் சாப்பிடுங்கள்.

உடல் பருமன் அதிகம் என்றால், ஆயிரத்து எண்ணூறு கலோரி சத்து தரும் உணவுக்கு மேல் உண்ணக் கூடாது.

எதை சாப்பிட வேண்டும், எதை சாப்பிடக் கூடாது என் பதைப் பற்றி தெரிந்து வைத்திருங்கள்.

இது வேண்டாம்

சாப்பிடக் கூடாததை முதலிலேயே தவிர்த்துவிட்டால் பாதி பிரச்னை தீர்ந்துவிடும்.

நிறைய அரிசிச் சாதம் மற்றும் அரிசிக் கஞ்சி குடிப்பதைத் தவிர்த்துவிடுங்கள்.

தமிழ்நாட்டில் அரிசிதான் முக்கிய உணவு. இதில் அதிகமான மாவுச்சத்து உள்ளது. கேழ்வரகு, கோதுமை போன்ற வற்றிலும் மாவுச்சத்து அதிகம்தான். ஆனால், இவற்றின் மேல்தோல் சீக்கிரமாக ஜீரணமாவதைத் தடை செய்து விடுகின்றன.

அரிசியில் மேல்தோல் நீக்கப்பட்டு விடுவதால் இது உடனே செரித்து ரத்தத்தில் சர்க்கரை விரைவில் சேர்கிறது. நோயின் காரணமாக அடுத்து உடனே பசிக்கும். தொடர்ந்து சாப்பிடும் போது சர்க்கரை அளவு அதிகமாகும்.

செறிவுற்ற கொழுப்பு நிறைந்த நெய், பாமாயில், வனஸ்பதி, டால்டா, தேங்காய் எண்ணெய் போன்வற்றை சாப்பிடா தீர்கள்.

வறுத்த இசைச்சி, மீன் கூடாது. அனலில் வேகும் தந்தூரி உணவுகள் நல்லது. கோழி இறைச்சியை வாங்கினால் தோலை நீக்கி குழம்பாக்கி சாப்பிடலாம்.

பருப்புகள் மற்றும் கொட்டைகளை எண்ணெய்யில் வறுத்துச் சாப்பிடுவதைத் தவிருங்கள். பொரியலைவிட, அவியல், கூட்டு நல்லது.

ஊறுகாய், கருவாடு, அப்பளம், வற்றல் போன்றவற்றை தவிர்த்துவிடுங்கள். உப்பு அதிகம் சேர்ந்திருப்பதால் ரத்தக் கொதிப்பை அதிகரிக்கும்.

ஓசியில் சாப்பிட்டு பழகியவர்கள், விருந்துக்குப் போவதை குறைத்துக்கொள்ள வேண்டும். வாயைக் கட்டாவிட்டால் நோய் உங்களைக் கட்டிப்போட்டுவிடும்.

தவிர்க்க வேண்டிய பழங்கள்

இனிப்பு அதிகம் கொண்ட மாம்பழம், பலாப்பழம், வாழைப் பழம் ஆகிய முக்கனிகளையும் சாப்பிடாமல் தவிர்ப்பது நல்லது. இதுபோலவே, பேரீச்சை, கிஸ்மிஸ் (உலர்ந்த திராட்சை), சப்போட்டா, பப்பாளி போன்றவற்றை சாப்பிட வேண்டாம்.

திராட்சை, அன்னாசி, கிர்னிப்பழம், ஆரஞ்சு, சாத்துக்குடி, கமலா போன்றவற்றை எப்போதாவது ஒன்றிரண்டு கீற்றுகள் சாப்பிடலாம். நிறைய சாப்பிடக் கூடாது. கரும்புச் சாறு ஆகாது.

பனங்கற்கண்டு, தேன், மலை வாழை, இனிப்பான லேகியங்கள், தேனில் ஊறவைத்த நெல்லிக்காய், கடுக்காய் மற்றும் பிற பொருள்கள், குலோப்ஜாமுன், இனிப்புப் பொருள்கள், பஞ்சாமிர்தம், சர்க்கரைப் பொங்கல் தவிர்க்கப் பட வேண்டியவை.

முள்ளங்கி, நூக்கல் போன்றவை தவிர பூமிக்கு அடியில் விளையும் கிழங்குப் பொருள்களை அதிகமாக சாப்பிடாதீர்கள். இவற்றிலுள்ள கார்போஹைட்ரேட் எளிதில் ஜீரணமாகி ரத்தத்தில் சர்க்கரையை அதிகமாக்கிவிடும்.

காய்கறிகளை நிறைய எடுத்துக்கொள்ளுங்கள். நார்ச்சத்து, வைட்டமின்கள், தாது உப்புகள் அதிகமிருப்பதால் இவை சர்க்கரையை அதிகப்படுத்தாது.

பப்பாளிக்காய், தக்காளி, பரங்கிக்காய் ஆகியவற்றை சாப்பிடலாம். ஆனால், இவற்றின் பழங்களை அதிகமாகச் சாப்பிடக் கூடாது.

சாப்பிடக்கூடியவை

இனிப்புக்கு எதிரி கசப்பு. அதனால், ‘சர்க்கரை நோயாளிகள் பாகற்காயை அதிகமாக சாப்பிட வேண்டும். இது சர்க்கரையைக் கட்டுப்படுத்தும்’ என்ற கருத்து பரவலாக உள்ளது.

இதற்கு ஆதாரபூர்வமான உண்மைகள் எதுவும் கிடையாது.

வாழைப்பூ, முட்டைகோஸ், முள்ளங்கி, புடலை, நூக்கல், கீரை வகைகள், பச்சைப் பட்டாணி, பாகற்காய், முளை கட்டிய தானியங்கள், கொண்டைக்கடலை, பீன்ஸ், கத்தரிக்காய், அவரை, அவரைப்பிஞ்சு, வாழைத்தண்டு, காராமணி, வெண்டைக்காய், முருங்கைக்காய், தக்காளிக்காய், வெங்காயம், வெள்ளைப்பூண்டு, கறிவேப்பிலை துவையல், நாவல் பழம் போன்றவற்றை நிறைய சாப்பிடலாம்.

குறிப்பாக, நார்ச்சத்து அதிகமுள்ள பொருள்களைச் சாப் பிடுவது நல்லது.

பகலில் எல்லா காய்கறிகளையும் கலந்து அவியலாக்கி சாப்பிடலாம். மாலையில், காய்கறி சூப், இரவில் பச்சையான காய்கறி சாலாடும் சாப்பிடலாம்.

உணவுமுறையில் அரிசி, மைதாவைவிட கேழ்வரகு பயன் படுத்தலாம். அரிசிக்குப் பழகியவர்கள் வரகு அரிசியைச் சாப்பிடலாம். வடித்துச் சாப்பிடுங்கள். குக்கர் வேண்டாம்.

கோதுமை சப்பாத்தி செய்து சாப்பிடலாம். மீன், கோழி இறைச்சி (நெஞ்சுப் பகுதி) ஒன்று அல்லது இரண்டு துண்டு கள் உண்ணலாம். பழங்கள் சாப்பிட விரும்புவோர், அதிக சர்க்கரைச்சத்து இல்லாத பழங்களைச் சாப்பிடுவது நல்லது.

அன்னாசி, வெள்ளரி, கிர்னி போன்ற பழங்களை சிறிதளவு சாப்பிடலாம். சிட்ரஸ் வகைப் பழங்களை சிறிது சாப்பிட லாம். அளவோடு உண்பது நலம்.

உணவுக்கு முன்பு கவனிக்க வேண்டியவை

பழங்கள் பெரும்பாலும் ஜீரணித்த உடனேயே ரத்தத்தில் கலக்கக்கூடியவை. குறிப்பாக, சிட்ரிக் அமிலச் சத்து நிறைந்த ஆரஞ்சு வகைப் பழங்களின் சத்துகள் எல்லாம் நேரடியாக ரத்தத்தில் கலந்துவிடும். இவற்றை உடலில் சர்க்கரை அதிக மாக இருக்கும்போது கூடுமானவரை தவிர்க்க வேண்டும்.

மூன்று வேளை உணவை ஆறு வேளை உணவாகப் பிரித்துக் கொண்டு சாப்பிட வேண்டுமே தவிர, வயிறு முட்ட சாப்பிடக் கூடாது.

சர்க்கரை வியாதியுடன் ரத்தக் கொதிப்பு, சிறுநீரகக் கோளாறு கள், இதயம் தொடர்பான பிரச்னைகள் இருப்போர், குறைவான உப்பைப் பயன்படுத்த வேண்டும். முற்றிலும் தவிர்ப்பது நல்லது.

செறிவற்ற கொழுப்பு நிறைந்த சூரியகாந்தி எண்ணெய் மற்றும் நல்லெண்ணெய் பயன்படுத்தலாம்.

இதெல்லாம் ரொம்ப கஷ்டங்க. சில காய்கறிகள் மற்றும் பழங்களின் கலோரி சத்துகளை மட்டும் சொல்லுங்கள். எங்கள் எடைக்கும், தேவைக்கும் ஏற்றபடி உணவுமுறையை முடிவு செய்கிறோம் என்கிறீர்களா?

முதலில் உங்கள் எடையைத் தெரிந்துகொள்ளுங்கள். பிறகு கலோரிகளைப் பார்க்கலாம்.

உடல் எடையும், உயரமும்

உயரமும் உடல் எடையும் ஒவ்வொரு இனத்தினருக்கும் மாறுபடுகிறது. இந்தியர்கள் நடுத்தர எடை வாகு உடையவர்கள். நீக்ரோக்கள் ஐரோப்பியர்கள் உயரமானவர்கள். கனத்த வாகு கொண்டவர்கள்.

உடல் எடைக்கும், சர்க்கரை வியாதி வருவதற்கும் நெருங்கிய தொடர்பு இருக்கிறது. ஆகவே, உங்கள் எடையைப் பற்றி துல்லியமாக தெரிந்து வைத்திருங்கள்.

உயரத்துக்கு ஏற்ற எடையை எப்படித் தெரிந்துகொள்ளலாம்? 'பாடி மாஸ் இன்டெக்ஸ்' (பிஎம்ஐ) அளவீடு மூலம் இதை அறியலாம். உயரம் மற்றும் அதற்கேற்ற எடையை வைத்து சரியான எடை மற்றும் கூடுதல் எடையைக் கணக்கிடலாம்.

உங்கள் எடை எவ்வளவு இருக்கவேண்டும் என்று தெரிந்து கொள்ள ஆர்வமாக இருப்பவர்கள் முதலில், உங்கள் உயரத்தை அளந்துகொள்ளுங்கள். அதிலிருந்து நூறைக் கழித்து அதை 0.9-ல் பெருக்கிக்கொண்டால் வரும் விடை தான் உங்கள் எடை.

அதற்கு மேல் இருந்தால் அதிக எடை என்றும், குறைவாக இருந்தால் குறை எடை என்றும் பொருள்.

உதாரணம்:

தற்போதைய உயரம் 167 செ.மீ. எடை: 90 கிலோ

இருக்கவேண்டிய எடை:167-100=67 x 0.9 = 60.3

கூடுதல் எடை: 90-60.3 = 29.7 கிலோ.

உங்களுடைய எடை மற்றும் உயர அளவுகளைப் பற்றிய விவரங்களையும், எது ஆரோக்கியமானது, எது கூடுதல் எடை, எது உடற்பருமன் என்பதையும் தெரிந்துகொள் ளுங்கள். (பார்க்க, அட்டவணை)

உயரத்துக்கேற்ற உடல் எடை (கிலோ)

ஆண்		பெண்	
உயரம்	எடை	உயரம்	எடை
5.2	*51-61*	*4.10*	*42-54*
5.3	*52-62*	*4.11*	*43-55*
5.4	*54-64*	*5.0*	*44-56*
5.5	*55-65*	*5.1*	*45-58*
5.6	*56-67*	*5.2*	*46-59*
5.7	*58-72*	*5.3*	*48-60*
5.8	*60-75*	*5.4*	*49-63*
5.10	*63-77*	*5.5*	*50-63*
5.11	*65-80*	*5.6*	*52-65*
6.0	*67-82*	*5.7*	*54-67*
6.1	*69-86*	*5.8*	*55-69*
6.2	*71-87*	*5.9*	*57-71*
6.3	*73-90*	*5.10*	*59-73*

கலோரி என்றால் என்ன?

தினமும் இரண்டாயிரம் கலோரி சாப்பிட வேண்டும், பழத் தில் பத்து கலோரி உள்ளது, இருபது கலோரி உள்ளது என்றெல்லாம் கூறப்படுவதைக் கேள்விப்பட்டிருப்பீர்கள். எதையும் கலோரி என்ற அளவில் கூறுகிறார்களே, அப்படி என்றால் என்ன தெரியுமா?

கலோரி என்பது சக்தியை அளவிடும் ஓர் அலகாகும். ஒரு கிராம் நீரை ஒரு டிகிரி சென்டிகிரேடு அளவு உயர்த்துவதற்குத் தேவையான சக்திதான் கலோரி.

உங்கள் உடலில் ஒரு கிராம் மாவுப்பொருள் இருந்தால், அது நான்கு கலோரி சக்தியையும், ஒரு கிராம் புரதமானது நான்கு கலோரி சக்தியையும், ஒரு கிராம் கொழுப்பு ஒன்பது கலோரி சக்தியையும் தரும்.

ஒரு சப்பாத்தியானது

அரை கப் சோற்றுக்கு சமம்.

ஒன்றரை துண்டு ரொட்டிக்குச் சமம்.

அல்லது முக்கால் கப் முழு தானியங்களுக்கு சமம்.

ஓர் உருளைக்கிழங்குக்குச் சமம்.

ஓர் ஆப்பிள்...

இரண்டு பிளம் பழங்களுக்குச் சமம்.

ஒரு பியர் பழத்துக்குச் சமம்.

இரண்டு ஆரஞ்சுகளுக்குச் சமம்.

ஒரு கொய்யாப்பழத்துக்குச் சமம்

கால் அளவு பப்பாளிக்குச் சமம்.

அரை கப் பழச்சாற்றுக்குச் சமம்.

பால் பொருள்கள்

ஒரு கப் கொழுப்பு நீக்கிய பாலானது, ஒரு கப் கொழுப்பு நீக்கிய தயிருக்குச் சமம்.

ஒரு முட்டையானது

இருநூறு கிராம் பாலுக்குச் சமம்.

நூறு கிராம் மீனுக்குச் சமம்.

85 கிராம் தோல் நீக்கிய கோழி இறைச்சிக்குச் சமம்.

65 கிராம் ஈரலுக்குச் சமம்.

அரை கப் வேகவைத்த பீன்ஸுக்குச் சமம்.

இப்படி ஒவ்வொரு பொருளுக்கும் சரியான மாற்றுப் பொருளைத் தேர்ந்தெடுத்துச் சாப்பிட வேண்டும்.

இவ்வாறு சாப்பிட்டால் சர்க்கரை வியாதியைக் கட்டுப் படுத்திக்கொள்ளலாம்.

சர்க்கரை வியாதியுள்ளவர்கள் வெந்தயத்தை தினமும் ஐம்பது கிராம் வரை சாப்பிட்டால் நல்லது என சமீபத்தில் கண்டறியப்பட்டுள்ளது. இது தவிர கருஞ்சீரக எண்ணெய்யும் பயன்படுத்தலாம்.

அன்றாடம் நமக்குத் தேவையான கலோரிகளைக் கணக்கிட்டு அதை இனிப்புப் பொருளில் இருந்தோ அல்லது பழங்களில் இருந்தோ மொத்தமாக பெற்றுக்கொண்டால் என்ன? அது தவறு. எந்த உணவு எளிதில் ஜீரணமாகி ரத்தத்தில் சர்க்கரை சீக்கிரம் சேரும். எதைச் சாப்பிட்டால் ஜீரணம் தாமதித்து ரத்தத்தில் சீராக சர்க்கரை சேரும் என்பதைத் தெரிந்து சாப்பிடுவது மிகவும் அவசியம்.

எளிதில் ரத்தத்தில் கலக்கும் சர்க்கரைப் பொருள் முழு வதையும் எரிப்பதற்கு கூடுதலாக இன்சுலின் தேவைப்படும். சர்க்கரை நோயாளிகளின் உடலிலுள்ள இன்சுலின் போது மான அளவு சுரந்திருக்காததால் சக்தியை உடனடியாக எரிக்க இயலாது. இதனால், உடலில் சர்க்கரையின் அளவு அதி கரித்துவிடும்.

இதனால்தான், மெல்ல மெல்ல உடலில் சர்க்கரைச் சத்து சேருவதற்காக அவ்வப்போது குறைவான உணவுப் பொருள் களைச் சாப்பிட வேண்டும் என்றும், மெதுவாக ஜீரணிக்கப் படுகிற பொருள்களை உண்ணவேண்டும் என்றும் நீரிழிவு நோயாளிகளுக்குப் பரிந்துரை செய்யப்படுகிறது.

என்னதான் மாத்திரையைப் போட்டு கணையத்தைத் தூண்ட முற்பட்டாலும், ஓரளவுதான் பலன் இருக்கும். கூடுதலாக சர்க்கரைப் பொருள்களை சாப்பிட்டுவிட்டு கூடவே மாத்திரைகளைப் போட்டாலும் இன்சுலின் சுரப்பது தாமத மாகி சர்க்கரையினால் வரும் பாதிப்புகள் அதிகமாகும்.

உணவு விஷயத்தில் தீவிர கட்டுப்பாட்டுடன் இருந்தாலே சர்க்கரை நோயை முற்றிலுமாகக் கட்டுப்பாட்டில் வைத்துக் கொள்ளலாம்.

உடற்பயிற்சி : சர்க்கரை நிவாரணி

17

சர்க்கரை நோயை முழுமையான கட்டுப் பாட்டுக்குள் வைத்துக்கொள்ள உடற் பயிற்சியும் யோகாவும் மிகுந்த பலன் தருகின்றன என்று உலகளவில் ஏற்றுக் கொள்ளப்பட்டிருக்கிறது.

உடற்பயிற்சியின்போது உடலிலுள்ள இன்சுலின் தூண்டப்பட்டு சர்க்கரைச் சத்து அனைத்தும் எரிக்கப்பட்டு விடுகிறது. இதனால் சர்க்கரை அளவு கட்டுப்படு கிறது.

முனிவர் சுஸ்ருதர் எழுதிய சுஸ்ருதா சம்ஹிதா என்ற மருத்துவ நூலில் சர்க்கரை வியாதியுள்ள நபர் தினமும் நான்கு மைல் தூரம் நடக்கவேண்டும் என கூறப்பட் டுள்ளது. உடற்பயிற்சி மிக முக்கிய பங்கு வகிப்பதை அண்மைக்கால ஆய்வுகளும் நிரூபித்துள்ளன.

உடற்பயிற்சியை வழக்கமாகச் செய் வதால் பல்வேறு நன்மைகள் ஏற்படு கின்றன. அவற்றுள் சில:

இயல்பான ரத்த சர்க்கரை

எளிதான அல்லது கடினமான உடற்பயிற்சி எதுவாக இருந்தாலும் அதைச் செய்ய நமது உடலுக்கு சக்தி தேவை. பயிற்சியின்போது உடம்பானது சர்க்கரையை அதிகமாகப் பயன்படுத்துகிறது. இயல்பாக ரத்த சர்க்கரை அளவு குறையும். தவிர, இன்சுலின் செயல்பாடு தூண்டப்படும்.

எடை குறைதல்

உடற்பயிற்சி செய்துகொண்டிருப்பதை வழக்கமாக வைத்திருந்தால் கலோரிகள் படுவேகமாக செலவாகி உடலின் செயல்திறன் அதிகரிக்கும். உடற்பருமன் குறைந்து இன்சுலினை உடல் பயன்படுத்தும் தன்மை கூடும். எடை குறைவதால் ரத்த சர்க்கரை அளவு ஆரோக்கியமாக மாறும்.

மாரடைப்பு அபாயம் விலகும்

தொடர்ச்சியாக உடற்பயிற்சி செய்யும்போது இதயத் தசைகள் வலுப்பெறும். இதயம் சுத்த ரத்தத்தை வெளியேற்றும் பணி இலகுவாகும். இருக்கும். இதனால், ரத்த அழுத்தம் குறைந்து இதய ரத்த ஓட்டம் சீராகும். உடலிலுள்ள எல்டிஎல் கொழுப்பு மற்றும் டிரிகிளிசரைட் போன்று உடற்பருமனை உண்டாக்கும் கொழுப்புப் பொருள்கள் குறையும். உடலுக்கு நன்மை செய்யும் எச்டிஎல் கொழுப்பு அதிகமாகும். இதனால், ரத்த நாளங்களில் கொழுப்புப் படிவது தடுக்கப்படும்.

ஆரோக்கியம் கூடும்

உடம்புக்கும், மனத்துக்கும் உற்சாகம் தரும் டானிக் உடற்பயிற்சி. ஆளுமைத்தன்மையை அதிகரிப்பதோடு, ஆக்கப்பூர்வமான செயல்களை திறம்படச் செய்வதற்கான உற்சாகத்தையும் உடற்பயிற்சி அளிக்கிறது.

முப்பத்தைந்து வயதுக்கு மேல் தலைதூக்கும் எலும்பு மெலிவு பிரச்னைகளைப் போக்குகிறது, தசைகள் நெகிழ்ந்து கொடுக்கும் தன்மையை வளர்க்கிறது.

தொடர்ந்து உடற்பயிற்சி செய்பவர்கள் எந்தப் பணியிலும் களைப்படைவது கிடையாது.

உடற்பயிற்சியால் தன்னம்பிக்கை அதிகரித்து சோர்வு ஏற்படுதல், மன இறுக்கம் போன்ற பிரச்னைகள் வராமல் தடுக்கப்படுகின்றன.

உங்களுக்கு ஏற்ற உடற்பயிற்சி

உடற்பயிற்சியை இரண்டுவிதமாகப் பிரிக்கிறார்கள்.

1. ஏரோபிக் உடற்பயிற்சிகள்

2. சாதாரண உடற்பயிற்சிகள்

ஏரோபிக் என்றால் ஆக்ஸிஜன் சார்ந்தவை என்று பொருள்.

ஏரோபிக் பயிற்சிகளை செய்யும்போது அதிகப்படியான ஆக்ஸிஜன் தேவை ஏற்படும். காரணம், இதயம் படபடப்பாக துடிக்க ஆரம்பித்துவிடும். அதிகமாக மூச்சுவாங்கும்.

தசைகளுக்கு கூடுதல் ஆக்ஸிஜன் தேவைப்படும். இதனால் உள்ளுறுப்புகள் புத்துயிர் பெறுகின்றன.

நடத்தல், மெல்லோட்டம், கைகால்களை உயரத் தூக்கி ஆடுதல், சைக்கிள் ஓட்டுதல், நீந்துதல், பனிச்சறுக்கு, பூப்பந்து, டென்னிஸ் போன்றவையெல்லாம் ஏரோபிக் உடற்பயிற்சிப் பிரிவில்தான் அடங்கும்.

சாதாரண உடற்பயிற்சிகள் என்பது குனிந்து, நிமிர்ந்து, கை-கால்களை ஆட்டி செய்யக்கூடிய பயிற்சிகள் ஆகும். அதிக சிரமம் இருக்காது.

உடற்பயிற்சிக்கான ஆயத்தம்

உடற்பயிற்சியை ஆரம்பிக்கும் முன்பு மருத்துவரைக் கலந்து பேசுங்கள். எப்படிப்பட்ட உடற்பயிற்சி உங்களுக்கு ஏற்றவை, உடற்பயிற்சி செய்வதற்கு தகுதி இருக்கிறதா என்பதைப் பற்றி தெரிந்துகொள்ளுங்கள்.

நாற்பது வயதுக்கு மேலாகிவிட்டால் உடற்பயிற்சியின் மீது கண்டிப்பாக ஆர்வம் காட்டுங்கள்.

அதிக ரத்த அழுத்தம் இருந்தால் சர்வாங்க ஆசனம் மேற்கொள்ளக் கூடாது.

தினமும் காலையில் ஐந்து கி.மீட்டர் தூரம் நடப்பது நல்லது.

மெல்லோட்டமாகவோ, துரித ஓட்டமாகவோ ஓடுவது, நீச்சல் அடிப்பது, துரித நடை போன்றவை அவசியமானவை.

பெரும்பாலானவர்கள் நடக்கும் முன்பு எதையும் சாப்பிடக் கூடாது என நினைக்கிறார்கள். இது தவறான கருத்தாகும்.

பொதுவாக வெறும் வயிற்றில் நடப்பது நல்லதல்ல. ஏதேனும் சாப்பிட்டுவிட்டு நடப்பதுதான் நல்லது. இவ்வாறு நடப்பதால் வயிற்றிலுள்ள இன்சுலின் சுரப்பி நன்றாக வேலை செய்யும். கெட்ட கொழுப்புகள் நீங்கி நல்ல கொழுப்பு உடலில் சேரும்.

சுலப நடை

உடற்பயிற்சிகளில் மிக எளிதானது, எல்லோருக்கும் ஏற்றது நடப்பது. நடப்பதற்கு சிறப்புப் பயிற்சிகள் எதுவும் தேவை யில்லை. சுத்தமான காலுறை மற்றும் காலணி அணிந்து கொள்ளுங்கள்.

தினமும் சுமார் முப்பது நிமிடங்கள் நடந்தாலே சர்க்கரை அளவு குறையும்.

நாள்பட்ட நோயாளிகள், கால்கள் மரத்துப்போகும் நிலை உள்ளவர்கள், நீண்ட தூரம் தொடர்ச்சியாக நடந்தால் கால்கள் மேலும் மரத்துப் போகவும், கால்களில் புண்கள் ஏற்படவும் வாய்ப்புகள் உண்டு.

புண் ஏற்பட்டவர்கள் குதிப்பது, மெல்லோட்டம், இறுக்க மான சாக்ஸ் அல்லது ஷூ அணிந்து ஓடுதல் போன்றவற்றில் ஈடுபட்டால் பாதிப்புகள் தீவிரமடையும்.

மாறாக, நீச்சல், ஏரோபிக் பயிற்சிகள், சைக்கிள் ஓட்டுதல் போன்று கால்களுக்கு அதிக பளு தராத பயிற்சிகளில் ஈடுபட லாம்.

ஒவ்வொரு முறை பயிற்சியை ஆரம்பிக்கும் முன்பும் வார்ம்-அப் பயிற்சி செய்ய வேண்டும். தசைப்பிடிப்புகள் நேராது. அதன் பிறகே பயிற்சியில் ஈடுபடுதல் வேண்டும்.

ஏரோபிக் பயிற்சி அல்லது வேறு எந்தப் பயிற்சிகளில் ஈடுபட்டாலும் ஐந்து முதல் பத்து நிமிடத்துக்கு வார்ம்-அப் பயிற்சிகள் அவசியமாகும். இதனால் இதயம், நுரையீரல்கள் மற்றும் தசைகள் ஆகியவை பயிற்சிக்குத் தயாராகும்.

தொடக்கத்தில் ஒரு கிலோ மீட்டர் தூரம் நடந்தால் போதும். சிறிது சிறிதாக பயிற்சி நேரத்தையும் தூரத்தையும் அதிகரியுங்கள்.

கை கால்களை நீட்டும் பயிற்சி

கை கால்களை நீட்டி மடக்கும் பயிற்சிகள் உடல் ஆரோக்கியத்துக்கு மிகவும் நல்லது. இது மூட்டுக்களையும் தசைகளையும் தசைநார்களையும் சீராக்குகிறது. திறனை அதிகரிக்கிறது. மூட்டுகளில் வலி மற்றும் காயங்கள் ஏற்படுவதையும் தடுக்கிறது.

சில பயிற்சிகள்

கொண்டைக்கால் தசைகள் நீட்சி

கையை நீட்டித் தொடும் அளவுக்கு ஒரு சுவரின் முன் நின்றுகொள்ளுங்கள். ஒரு காலை முன் வைத்து சுவரை நோக்கி உங்கள் உடம்பை சாயுங்கள். இவ்வாறு செய்யும் போது, தானாகவே ஒரு காலின் முட்டி முன்னோக்கி வளையும், இன்னொரு முட்டி நேராக இருக்கும். முதுகை நேராக வைத்துக்கொண்டு இடுப்பை சுவர் உள்ள பக்கமாக முன்னோக்கி சாயுங்கள். இந்த நிலையில் முப்பது விநாடிகள் இருந்துவிட்டு மீண்டும் இயல்பு நிலைக்குத் திரும்புங்கள்.

இவ்வாறே அடுத்தகாலை மாற்றி செய்யுங்கள். தினமும் இந்தப் பயிற்சியை ஐந்து அல்லது பத்து முறை செய்தாலே போதும்.

கீழ் முதுகுக்கு பயிற்சி

ஒரு நாற்காலி அல்லது மேசையின்மீது படுத்துக்கொண்டு உங்கள் இடுப்பு மற்றும் முழங்கால்களை மடக்கி மேலே உயர்த்துங்கள்.

ஒரு முட்டியை இரண்டு கைகளாலும் பிடித்து உங்கள் தோள்பட்டையை நோக்கிப் பின்னுக்கு இழுங்கள்.

இவ்வாறு இழுத்த நிலையில் முப்பது நிமிடங்கள் இருங்கள். பிறகு உடலை தளர்த்துங்கள், மறுமுறை வேறு காலை மாற்றிக்கொள்ளுங்கள். ஐந்து முதல் பத்து முறைவரை இந்தப் பயிற்சியை செய்யுங்கள்.

நிறைய திரவம் அருந்துங்கள்

பயிற்சியின்போது வியர்வை அதிகமாகும். உடலில் திரவ இழப்பு ஏற்படக்கூடும். அதை ஈடுகட்ட அதிகமான நீர் அருந்துங்கள். நீங்கள் அஜாக்கிரதையாக இருந்து, நீரிழப்பு ஏற்பட்டால் இது ரத்த சர்க்கரை அளவைப் பாதிக்கும் இதயத்தின் செயல்பாடு தலைகீழாக மாறும். தண்ணீர்தான் நீரிழப்பை ஈடுகட்ட சிறந்த திரவம். உடற்பயிற்சிக்கு முன்னும் பின்னும் நிறைய தண்ணீர் அருந்துங்கள்.

பயிற்சி நேரம்

ஏரோபிக் பயிற்சி செய்வதாக இருந்தால் தினமும் முப்பது நிமிடத்துக்கு இப்பயிற்சிகளில் ஈடுபட முயற்சி செய்யுங்கள். நீண்ட நேரம் செய்ய இயலாவிட்டால் மெதுவாக ஆரம்பித்துச் செய்யுங்கள்.

தினமும் ஒரு நாளைக்கு பத்து நிமிடங்கள் செய்தால் போதுமானது. ஒவ்வொரு வாரமும் இந்த நேரத்தை அதிகப்படுத்தி தினமும் அரை மணி நேரம் முதல் முக்கால் மணி நேரம் வரை உடற்பயிற்சி மேற்கொள்ளுங்கள்.

உஷாராகுங்கள்

உடற்பயிற்சி செய்யும்போது சில அறிகுறிகள் வந்தால் அஜாக்கிரதையாக இருக்கக் கூடாது.

களைப்பு அல்லது மயக்கம், மார்பகத்தில் இறுக்கம், மார்பக வலி, கை அல்லது தாடையில் வலி, படபடப்பு, அதிகமாக மூச்சு வாங்குதல்.

மேற்கண்ட அறிகுறிகள் தெரிந்தால் மருத்துவரை உடனடியாக அணுகுங்கள்.

மருத்துவர் பரிசோதித்து விவரம் கூறும்வரை தாற்காலிகமாக உடற்பயிற்சிகளை நிறுத்தி வையுங்கள்.

இன்சுலின் சாராத சர்க்கரை நோயாளிகளுக்கு உடற்பயிற்சியினால் ஏற்படும் நன்மைகள்:

- உடலில் இன்சுலின் எதிர்ப்புத் தன்மை குறைந்து ரத்தத்தில் சர்க்கரையளவு கட்டுப்பாட்டில் இருக்கும்.
- கட்டுப்பாடில்லாத சர்க்கரை நோயாளிகளின் ரத்தத்தில் அதிக ரத்த அழுத்தம் காரணமாக, வயது முதிரும் முன்பே இதய நோய் ஏற்படும். இதனைத் தவிர்க்க, உணவுப் பழக்கத்தில் மாற்றம் மற்றும் தவறாத உடற்பயிற்சி இவைகளின் மூலம் உடலில் இன்சுலின் எதிர்ப்புத்திறன் குறைந்து, இதயம் நோயிலிருந்து பாதுகாக்கப்படுகிறது.
- ரத்தத்தில் LDL அளவு குறைந்தது இதயத்துக்கு நன்மை பயக்கும் LDL கொழுப்பு அதிகரிக்கும்.
- ரத்த அழுத்தம் சீராகிறது.
- ரத்தக் கட்டிகளைக் கரைக்கும் திறன் அதிகரிக்கும்.
- அதிக எடையளவு குறைந்து சீரான எடையளவைப் பெறலாம்.

இன்சுலின் சார்ந்த சர்க்கரை நோயாளிகளுக்கு உடற்பயிற்சியினால் ஏற்படும் நன்மைகள்:

இன்சுலின் சார்ந்த சர்க்கரை நோயாளிகள், குளுக்கோமீட்டர் என்ற கருவியின் உதவியுடன் உடற்பயிற்சிக்கு முன்பு மற்றும் பின்பு ஏற்படும் ரத்தத்தின் சர்க்கரை அளவை அறிந்து, உடற்பயிற்சியின் வகை மற்றும் நேரத்தை மாற்றியமைத்துக் கொள்ள வேண்டும். இதன் மூலம், உடற்பயிற்சியின்போது ரத்தத்தில் சர்க்கரை அளவு திடீரென குறைந்து மயக்கநிலை ஏற்படுவதைத் தடுக்கலாம்.

உடற்பயிற்சியின்போது ரத்தத்தின் சர்க்கரை அளவு சீராக வைத்திருப்பதற்கான வழிமுறைகள்:

1. உடற்பயிற்சிக்கு முன் ரத்தத்தின் சர்க்கரை அளவை அறிந்துகொள்ளுங்கள்.

ரத்தத்தில் சர்க்கரை அளவு 250 mgs% அல்லது அதற்கு மேல் இருந்தாலோ, சிறுநீரில் கீட்டோன் என்ற நச்சுப்பொருள்

இருந்தாலோ உடற்பயிற்சி செய்வதைத் தவிர்த்து விடுங்கள்.

ரத்தத்தில் சர்க்கரை அளவு 100 mgs% அல்லது அதற்கும் குறைவாக இருந்தால், மாவுச்சத்து அடங்கிய உணவுப் பொருளை உண்டபின் உடற்பயிற்சி செய்ய வேண்டும்.

2. மாவுச்சத்து அடங்கிய உணவுப்பொருள்கள் உடற்பயிற்சி யின்போது தயாராக வைத்திருக்க வேண்டும்.

இன்சுலின் சார்ந்த நோயாளிகள் தவறாமல் தகுந்த உடற் பயிற்சி செய்து ரத்தத்தில் சர்க்கரை அளவைக் கட்டுப்பாட் டில் வைப்பது சீரான ரத்த அழுத்தம், ரத்தத்தில் கொழுப்புச் சத்து கட்டுப்பாட்டில் வைத்திருப்பது இவற்றின் மூலம் இதயத்தைப் பாதுகாக்கலாம். சர்க்கரை நோயினால் பாதிக்கப் பட்ட குழந்தை மற்றும் பருவமடைந்தவர்களின் ரத்தத்தில் சர்க்கரை அளவு சீராக இருப்பது மிக முக்கியம்.

ஏனெனில், அவை ஓடியாடி விளையாடும் பருவம் என்பதால் மருத்துவர்கள், பெற்றோர்கள் மற்றும் ஆசிரியர்கள் மிகவும் கவனமாகக் கண்காணிக்க வேண்டும்.

சில விதிகள்:

- உடலில் எந்தப் பகுதிக்கு பயிற்சியளிக்கிறோம் என்பதை அறிந்து செய்யவேண்டும்.
- நிதானமாகச் செய்யுங்கள்.
- ஒருநாள் மட்டும் தீவிரமாக உடற்பயிற்சி செய்துவிட்டு பிறகு பல நாள்கள் வரை ஓய்வு எடுப்பது தவறானது.
- எந்த வகை உடற்பயிற்சி செய்வதாக இருந்தாலும் ஒரு பயிற்சியாளர் அறிவுரை தேவை.
- பயிற்சியைத் தொடங்கும்போது வயிறு முழுவதும் காலியாகவோ அல்லது முழு அளவில் நிரம்பியோ இருக்கக் கூடாது.
- இறுக்கமான உடைகள் அணிந்து உடற்பயிற்சியில் ஈடுபடக் கூடாது.
- பயிற்சியின்போது இடையே அதிகளவு தண்ணீர் குடிக்கவேண்டாம். நொறுக்குத் தீனிகளும் கூடாது.

- உடல் நலம் குன்றிய காலங்களிலும், மாதவிலக்கு சமயங்களிலும் உடற்பயிற்சி கூடாது.
- பயிற்சிக்குப் பிறகு கை கால்களில் வலியெடுக்கலாம். ஒருசில நாள்களில் சரியாகிவிடும்.
- பயிற்சியின்போது வாயால் மூச்சுவிடாமல் மூக்கால் சுவாசித்துப் பழகவேண்டும்.
- இன்சுலின் போட்டுக்கொண்ட உடனே பயிற்சியில் ஈடுபடக் கூடாது.

அடுத்தது யோகாசனப் பயிற்சிகள்

இன்றைக்கு மிக அதிக அளவில் மறுமலர்ச்சி பெற்றிருப் பவை யோகாசனங்கள் என்றால் மிகையாகாது.

இவை, ரத்த சர்க்கரை அளவைக் குறைப்பதைப் பல்வேறு ஆராய்ச்சிகள் நிரூபித்துள்ளன. உணவுக்கு முன்பும், பின்பும் ரத்த சர்க்கரை அளவுகள் பாதிப்பு ஏற்படுத்தாத வகையில் கட்டுப்பாட்டுக்குள் இருக்க யோகாசனப் பயிற்சிகள் மிகவும் உதவிகரமாக இருக்கின்றன.

சர்க்கரை நோயைக் கட்டுக்குள் வைத்துக்கொள்வதற்கான சில பிரத்யேகமான யோகாசனங்கள் இங்கே கொடுக்கப் பட்டுள்ளன. தேர்ந்த யோகா பயிற்சியாளர் மூலம் யோகா சனங்களைச் செய்து பயன்பெறுங்கள்.

சலபாசனம்

குப்புறப்படுத்து வயிறும் மோவாயும் தரையைத் தொட்ட வண்ணம் வைத்துக்கொள்ள வேண்டும்.

உள்ளங்கைகள் தரைப்பக்கமாக இல்லாமல், மேல்நோக்கி பார்த்தவாறு இருக்குமாறு வைத்துக்கொள்ள வேண்டும்.

கைகள் இரண்டையும் உடலுக்க அருகில் உடலுடன் ஒட்டிய வாறு வைத்துக்கொள்ள வேண்டும்.

மூச்சை ஆழ்ந்து நிதானமாக உள்ளிழுக்க வேண்டும். அதே சமயம், உடலை விரைப்பாக வைத்துக்கொண்டு இடுப்புக்குக் கீழே மட்டும் கொஞ்சமாக மேல்நோக்கி உயர்த்துவது சுலபமாக இருக்கும்.

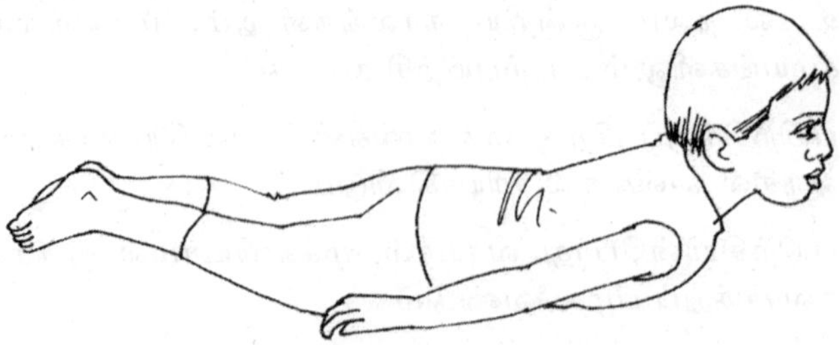

மிக மெதுவாக, நிதானமாக கால்களை உயர்த்த வேண்டும்.

கால்களை இடுப்புவரை உயரே தூக்கிய பிறகு உடலின் கனம் மார்பு மற்றும் கைகள் மீது விழும்.

உயரத் தூக்கிய கால்கள் மற்றும் தொடைப்பகுதி ஆகியவை வளைவில்லாமல் நேராக இருக்குமாறு பார்த்துக் கொள்ளுங் கள். தொடக்கத்தில் முப்பது விநாடிகள் வரை இப் பயிற்சியை மேற்கொள்ளுங்கள். பிறகு மெதுவாக கால்களை கீழிறக்கி தரையில் விடவேண்டும்.

இப்பயிற்சியினால் இடுப்புக்குக் கீழுள்ள பகுதிகளில் ரத்த ஓட்டம் சீராகும். நுரையீரல்களில் ஆற்றல் பெருகும்.

ஒரு காலை மட்டும் உயர்த்தும் பயிற்சி

கவிழ்ந்து படுத்துக்கொண்டு ஒரு காலை மட்டும் உயரத் தூக்க வேண்டும். காலைத் தூக்கும்போது மூச்சை உள்ளிழுக்க வேண்டும், காலை விடும்போது மூச்சை வெளிவிட வேண் டும். இவ்வாறு மாற்றி மாற்றி செய்யும்போது இதயத்தின் செயல்பாடுகள் சீரடைவதோடு, இடுப்பு வலி, தொப்பைப் பிரச்னைகள், முதுகுப் பகுதி பாதிப்பு ஆகியவை சீராகும்.

பத்மாசனம்

உட்கார்ந்துகொள்ள வேண்டும். இரு கைகளாலும் வலது காலை எடுத்து, முழங்காலை மடித்து, பாதத்தை இடது தொடையின்மீது கட்டை விரலும், விரல்களும் குதிகாலும் அடிவயிற்றின்மீத படியுமாறு வைத்துக்கொள்ள வேண்டும்.

இதுபோலவே இடது காலையும், முழங்காலையும் மடித்து வலது தொடையின்மீது வைத்து, உடம்பையும் கழுத்தையும்

தலையையும் நன்றாக நிமிர்த்தி முழங்கால்களின்மீது இரண்டு கைகளையும் சின்மய முத்திரை யுடன் நன்றாக நீட்டிப் படிய வைத்துக்கொண்டு நிமிர்ந்து உட் கார்ந்துகொள்ள வேண்டும்.

இந்த நிலையில் அமர்ந்து, தன் இரு விழிகளின் புருவங்களின் மையத்தில் பார்வையைக் கொண்டு வந்து மூக்கின் நுனியை விழிகள் இரண்டின் பார்வையில் பார்த்துக்கொண்டே மூச்சை வலது மூக்குத் துவாரம் வழியாக உள்ளே இழுத்துக்கொண்டு சிறிது நிறுத்தவேண்டும்.

பின்னர் இடது மூக்குத் துவாரம் வழியாக மூச்சை உள்ளே இழுத்த வேகத்தைவிட குறைவான வேகத்தில் நிதானமாக வெளியிட வேண்டும். இவ்வாறு ஒவ்வொரு மூக்குத் துவாரத் திலும் மாற்றி மாற்றிச் செய்யவேண்டும்.

நுரையீரல் ரத்த நாளங்கள், உள்ளுறுப்பு ஆகியவை நலமாக இந்தப் பயிற்சி நல்லது.

சர்வாங்காசனம்

மல்லாக்கப் படுத்துக்கொள்ளுங் கள். உடம்பை நேராக வைத்துக் கொள்ளவும். உடலைத் தளர்த்தி தாராளமாக சுவாசிக்கவும்.

இடுப்புப் பகுதியை தாங்கும் வகையில் கைகளால் பிடித்துக் கொண்டு இடுப்புக்கு மேலாக கால்களை உயர்த்தவேண்டும்.

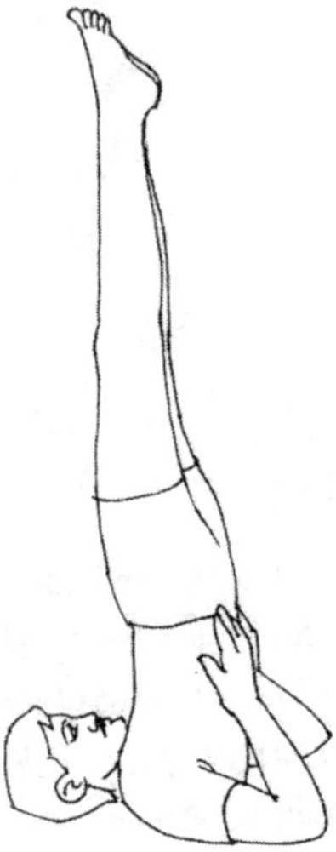

உடலின் மொத்த பாரமும் தோள் பட்டையின்மீது இருக்கும் வகை யில் உடலின் எல்லா பாகங்களை யும் தொண்ணூறு டிகிரி கோணத் தில் மேலே தூக்கவேண்டும்.

மூச்சை இயல்பாக இழுத்து வெளிவிடுங்கள். ஒரு சில விநாடிகள் அல்லது நிமிடத்துக்குப் பிறகு மீண்டும் இயல்பு நிலைக்குத் திரும்புங்கள்.

இந்தப் பயிற்சியை தொடர்ந்து செய்தால் ரத்த அழுத்தம் சீராகும். நரம்பு சார்ந்த பாதிப்புகள் நீங்கும். ரத்த சர்க்கரை அளவு கட்டுப்பாட்டுக்குள் வரும்.

புஜங்காசனம்

பாம்பு படமெடப்பதைப் பார்த்திருப்பீர்கள். இதைப் போல கவிழ்ந்து படுத்து கைகளிலும், காலின் நுனிப் பாதங்களிலும் உடலின் எடையை நிறுத்தி மேல் நோக்கி நிமிர்ந்து வளைவது தான் புஜங்காசனம்.

இந்த ஆசனத்தைச் செய்யும்போது மார்பகம் தரையில் படுமாறு கவிழ்ந்து படுக்கவேண்டும். கால்களை நேராக நீட்டி, ஒரு கணுக்கால் இன்னொரு கணுக்காலுடன் இணையு மாறு ஒன்றுசேர்த்து வைத்துக்கொள்ள வேண்டும்.

காலின் அடிப்பகுதி நேராக வானத்தைப் பார்க்கும் வண்ணம் இருக்கவேண்டும். மார்பகத்துக்கு நேராக கைகளை ஊன்றி அப்படியே தலையை உயர்த்தவேண்டும். மார்பகத்தை மெதுவாக உயர்த்த வேண்டும். முதுகுத் தசைகள் நன்றாக இழுபடும் வகையில் வளைய வேண்டும்.

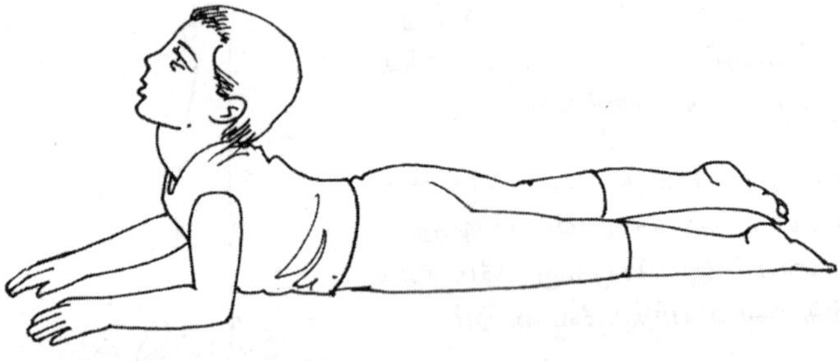

சில விநாடிகள் இந்த நிலையில் இருந்துவிட்டு மீண்டும் இயல்பு நிலைக்குத் திரும்பவேண்டும். இது, கழுத்து, இடுப்பு, முதுகுப்புற தசைகளுக்கு வலு அளிக்கும் தன்மை யுடையது. இது கழுத்தின் எலும்புத் தேய்வு நோய்களுக்கும், தோள்பட்டையின் வலிக்கும் ஏற்றது.

இந்த ஆசனம் செய்யும்போது வயிறு, குடல், கல்லீரல், மண்ணீரல், கணையம் பகுதிகள் இழுக்கப்படுவதால் இவை சார்ந்த பகுதிகளுக்கு ரத்த ஓட்டம் அதிகரிக்கிறது.

தனுராசனம்

கவிழ்ந்து படுத்துக்கொண்டு வில் போல வளையும் வகையில் கணுக்கால்களை கைகளால் பிடித்து கழுத்தை உயர்த்தி உடலை வளைக்கவேண்டும்.

கால் முட்டிவரும் இடத்தில் மடித்துக்கொண்டு காலின் நுனிப்பகுதி புட்டத்தை ஒட்டி வருமாறு இழுக்கவேண்டும்.

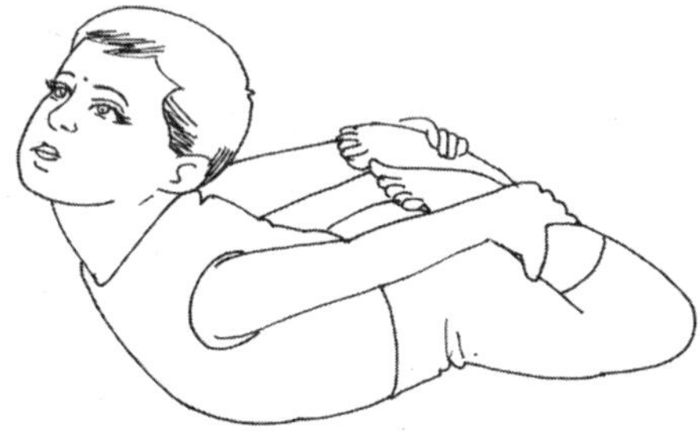

பயிற்சியின்போது ஆழ்ந்து சுவாசிக்கலாம், மீண்டும் உடலைத் தளர்த்தலாம்.

இந்த ஆசனம் செய்வதால் சிறுகுடல், பெருங்குடல் நோய்கள், மலச்சிக்கல் போன்றவை தீரும்.

ஹலாசனம்

மல்லாந்து படுத்துக்கொண்டு உள்ளங் கால்களைத் தொடை களுக்குப் பக்கத்தில் தரையில் பதிய வைத்துக்கொண்டு,

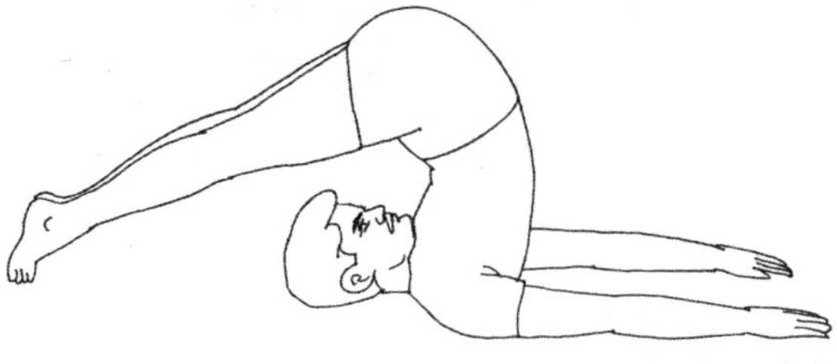

கால்கள் மடங்காமல் பின்னால் தரையில் ஊன்றிக்கொள்ளும் வரை, உள்ளங்கைகளை அழுத்தி உடல் உள்வலிமையைக் கொண்டே இடுப்பை அப்படியே மேல் நோக்கி, பின் நோக்கித் தூக்க வேண்டும். கால்கள் மடங்கக் கூடாது. முகவாய்க்கட்டை, மார்பு எலும்பின்மீது அழுத்திக் கொண் டிருக்கவேண்டும்.

இந்த ஆசனம் முதுகு வலி, மாதவிலக்குக் கோளாறுகளுக்கு ஏற்றது.

18

எனக்கு தினசரி மது அருந்தும் பழக்கம் உள்ளது. சமீபத்தில் செய்துகொண்ட உடற்பரிசோதனையின்போது நான் நீரிழி வால் பாதிக்கப்பட்டிருப்பது தெரிந்தது. வழக்கம்போல் தொடர்ந்து மது அருந்தி னால் உயிருக்கு ஏதும் ஆபத்து உண் டாகுமா?

உங்கள் ரத்தச் சர்க்கரை அளவை எந்த வொரு பழக்கத்தினாலும் தறிகெட்டு விடச் செய்யக் கூடாது. மருத்துவர் ஆலோசனைப்படி சர்க்கரை அளவைக் கட்டுக்குள் வைத்திருக்க வேண்டும். நீங்கள் அருந்தும் மதுவினால் சர்க்கரை அளவு உயரக்கூடும். அது நீங்கள் அருந் தும் மதுவின் தன்மையையும் அளவையும் பொறுத்தது. விஸ்கி, பிராந்தி, ஜின் வகைகள் என்றால் 45 மி.லி./100 கிலோ கலோரி என்றளவில் சக்தி கிடைக்கும். பீர் 180 மி.லி. அருந்தினால் 100 கி.கலோரி கிடைக்கும். இந்த அளவை மனத்தில் வைத்துக்கொண்டு மிதமாக அருந்துங்கள்.

இதில் ஒன்றைக் குறிப்பிட வேண்டும். நீரிழிவின் விளைவாக ரத்தக் கொதிப்பு ஏற்படும் அபாயம் உள்ளது. அதிலும் நீங்கள் தினசரி குடிப்பவர் என்றால் கட்டாயம் ரத்தக் கொதிப்பு உண்டாகும். ரத்தக் கொதிப்புக்கு மது ஆகாது. எனவே, இந்தப் பழக்கத்தை விட்டுவிடுவது உங்களுக்கும் உங்கள் குடும்பத்தாருக்கும் நல்லது.

நீரிழிவு நோயாளிகளுக்கு திடீரென்று ரத்தத்தில் சர்க்கரை அளவு குறைவது ஏன்?

இந்த நிலைக்கு ஹைப்போக்ளைசீமியா என்று பெயர். ரத்தத்தில் சர்க்கரை அளவு 60 மி.கி. சதவீதம் அளவுக்கும் கீழே குறைந்துவிடும். கடுமையான உடற்பயிற்சி, அளவுக்கதிக மாக மது அருந்துதல், தேவைக்குமேல் வீரியமான மாத்திரை களை உட்கொள்ளுதல், உரியநேரத்தில் சாப்பிடாமல் காலம் தாழ்த்துதல் போன்றவற்றால் இவ்வாறு ஏற்படுகிறது. கை, கால்கள் படபடத்து தலைசுற்றி மயக்கம் போட்டு விழுந்து விடுவார்கள். உடனடியாக சிறிது இனிப்பான பண்டங்கள் அல்லது சாக்லெட், சர்க்கரையை நோயாளிகள் உட்கொள்ள வேண்டும்.

அலட்சியமாக இருந்துவிட்டால், சில சமயங்களில் நீரிழிவு நோயாளிகளின் உயிருக்கே ஆபத்தாக முடிந்துவிடும். டைப்-1 நீரிழிவு நோயாளிகளுக்கு க்ளைசீமியா நிலை ஏற்பட அதிக வாய்ப்புள்ளது.

ஏத்ரோஸ்க்ளிரோஸிஸ் (Atherosclerosis) என்றால் என்ன?

நீரிழிவினால் இதயத்துக்கு ஏற்படும் பாதிப்பை ஏத்ரோஸ் க்ளிரோஸிஸ் என்கிறோம். நாள்பட்ட கட்டுக்குள் இல்லாத நீரிழிவினால் கண், சிறுநீரகங்கள், நரம்புமண்டலம், இதயம் ஆகிய உறுப்புகள் பாதிக்கப்படுகின்றன. கொழுப்பு, கால் சியம், பழுதடைந்த இதய தமனியின் தசைத் துண்டுகள் ஒன் றோடு ஒன்று சேர்ந்து தமனியின் உள்சுவற்றுக்குள் படிந்து கெட்டியாகிவிடுகின்றன. இதனால், அந்தத் தமனியின் உள்ளே மேடு போன்ற பகுதி உருவாகிறது. இதனால் பாதிக்கப்பட்ட ரத்தக்குழாயில் அடைப்பு ஏற்பட்டு, சீரான ரத்த ஓட்டம் பாதிக்கப்படுகிறது. இந்த நிலையைத்தான் ஏத்ரோஸ்க்ளிரோஸிஸ் என்கிறோம்.

நீரிழிவு நோயாளிகள் கண்தானம் மற்றும் ரத்ததானம் செய்யலாமா?

நன்றாகச் செய்யலாம். ரத்ததானம் செய்பவர்கள் உடலில் மஞ்சள் காமாலை அல்லது ஹெபடைடிஸ் போன்று வேறு கிருமித் தொற்று இல்லாமல் இருந்தால் சரி.

நீரிழிவினால் பாதிக்கப்பட்ட விளையாட்டு வீரர்கள் போட்டி களில் கலந்துகொள்வதற்கு முன்பு சத்தான உணவு, பானங்கள் அருந்தலாமா?

பாகிஸ்தான் கிரிக்கெட் அணியின் முன்னாள் கேப்டன் வாசிம் அக்ரம்கூட நீண்டநாள் நீரிழிவால் பாதிக்கப்பட்டவர் தான். சாதிக்கவில்லையா? விளையாட்டுப் போட்டிகளுக்கு உடல்திறன் அவசியம். உங்கள் தேவைக்கேற்ப மருத்துவரின் ஆலோசனையைப் பெற்று ஊட்டச்சத்து பானங்களை அருந் துங்கள். கடுமையான உடற்பயிற்சி சமயங்களில் உடலில் வழக்கத்தைவிட குறைந்த அளவு இன்சுலின் மருந்தைச் செலுத்தினால் போதும் என்று உங்கள் மருத்துவர் அறிவுரை சொன்னாலும் ஆச்சரியப்படுவதற்கில்லை.

நீரிழிவினால் பாதிக்கப்பட்ட பெண்கள் திருமணம் செய்து கொண்டு குழந்தைகளைப் பெற்றுக்கொள்ளலாமா?

தாராளமாகத் திருமணம் செய்துகொள்ளலாம். ஆரோக்கிய மான குழந்தைகளையும் பெற்றெடுக்க முடியும்.

நீரிழிவால் பாதிக்கப்பட்டுள்ள தாய் கருவுற்றால் தாய்மைக் காலத்தில் சில அசௌகரியங்களை (உடல்ரீதியான) அனுப விக்க வேண்டியிருக்கும். இருந்தாலும் அவற்றையெல்லாம் சமாளிக்கத் தகுந்த சிகிச்சை முறைகள் வந்துவிட்டன. தாய்மை அடைந்த முதல் ஆறு வாரங்களில் குழந்தையின் முக்கிய உறுப்புகள் வளரத் தொடங்குகின்றன. இந்தச் சமயத்தில் நீரிழிவை தாய் கட்டுக்குள் வைத்துக்கொள்ளா விட்டால் குழந்தைக்கு ஆபத்து உண்டாகலாம். பிறவிக் குறைபாடுகளுடனும் பிரசவிக்க நேரும்.

அவரவர் மகப்பேறு நல மருத்துவர் மற்றும் நீரிழிவுக்கான சிறப்பு நிபுணர் ஆலோசனையைப் பெற்று வெற்றிகரமாகப் பிள்ளை பெற்றுக்கொள்ளலாம்.

நீரிழிவுக்குப் பொதுவாகக் காணப்படும் அறிகுறிகள் இல்லாமலேயே ஒருவருக்கு நீரிழிவு உண்டாகியிருக்க வாய்ப்பு உள்ளதா?

வாய்ப்பு உள்ளது. அதிகமான தாகம், அகோர பசி, அடிக்கடி சிறுநீர் கழித்தல் போன்றவை நீரிழிவின் பொதுவான அறிகுறி களாகும். உடல்சோர்வு, அயர்ச்சி ஆகியவையும் உண் டாகும். நீரிழிவு தீவிரமடையும் சமயத்தில்தான் இந்த அறி குறிகள் எல்லாம் தலைகாட்டத் தொடங்கும்.

நீரிழிவின் தொடக்க நிலையில் இந்த அறிகுறிகளை எளிதாக உணர்ந்துகொள்ள முடியாது. நபருக்கு நபர் அவரது உடல் வாகு, உணவுப் பழக்கங்கள் மற்றும் வாழ்க்கை முறைக்கு ஏற்ப இந்த அறிகுறிகளை தொடக்கத்தில் அறிந்துகொள்ள லாம். சிறுநீர் மற்றும் ரத்தப் பரிசோதனை மூலமே நீரிழிவை உறுதி செய்யமுடியும்.

என் மனைவி நீண்டகால நீரிழிவு நோயாளி. கோயில், பூஜை, புனஸ்காரம் என்று கூறி அடிக்கடி விரதம் இருக்கிறார். இது நல்லதா?

நீரிழிவு நோயாளிகள் அளவுக்கு அதிகமாக சாப்பிடுவது எவ்வளவு தவறோ, அதுபோன்றது சாப்பிடாமல் இருப் பதும். எப்பேர்ப்பட்ட காரணமாக இருந்தாலும் பட்டினி இருக்கக் கூடாது. விரதமாக இருந்தாலும் சரி. சாப்பிடாமல் பட்டினி இருக்கும் நேரத்தில் நீரிழிவுக்காரர்களின் உடலுக் குள் அசாதாரண மாற்றம் ஏற்படும்.

வழக்கமாக கிடைக்கும் சக்தி இல்லாமல் போனால், கல்லீர லில் சேமிக்கப்பட்டிருக்கும் குளுகோஜென் மற்றும் செல் களில் உள்ள கொழுப்பு சத்தை உடல் எரிக்க வேண்டி இருக்கும். இதற்குத் தேவையான இன்சுலின் கிடைக்காது என்ற பட்சத்தில் நீரிழிவுக்காரர்களின் நிலைமை மோச மாகும். எனவே, விரதம் என்பது உண்ணாவிரதம் என்று இல்லாமல் மௌன விரதம் போன்று வேறு சில வழிமுறை களைக் கடைப்பிடிப்பது நல்லது.

நீரிழிவு நோயாளிகளுக்கு அறுவை சிகிச்சை செய்யலாமா?

பொதுவாக, நீரிழிவு நோயாளிகளுக்கு உண்டாகும் புண் அல்லது காயங்கள் ஆறுவதற்கு நீண்ட நாள்களாகும்.

உடலின் எதிர்ப்புச் சக்தி குறைந்திருப்பதே இதற்குக் காரணம். சர்க்கரை அளவைக் கட்டுக்குள் வைத்துக்கொண்டால் தாராளமாக அறுவை சிகிச்சையை மருத்துவர்கள் மேற்கொள்வார்கள்.

தவிர்க்க முடியாத சில நேரங்களில் இன்சுலின் ஊசி மருந்தை அதிகமாகச் செலுத்தி அதன்மூலம் சர்க்கரை அளவைக் கட்டுப்படுத்துவார்கள். அதன்பிறகு அறுவை சிகிச்சை செய்துகொண்டாலும் போஸ் ஆபரேடிவ் பீரியட் எனப்படும் காலத்திலும் ரத்தத்தில் சர்க்கரை அளவு அதிகரித்துவிடாமல் நோயாளி கட்டுக்கோப்பாக இருக்கவேண்டும்.

எனக்கு நீரிழிவு உள்ளது. தினசரி உடற்பயிற்சி செய்கிறேன், தவறாமல் மாத்திரைகள் சாப்பிடுகிறேன். ரத்தத்தில் சர்க்கரை அளவைக் கட்டுக்குள் வைத்திருக்கிறேன். எனது குடும்பத்தாருடன் ஹோட்டலுக்குச் செல்லும்போதெல்லாம் எனக்கும் வகைவகையாகச் சாப்பிட வேண்டும் என்று ஆசை ஏற்படுகிறது. எனது உணவுக் கட்டுப்பாட்டை கொஞ்சம் தளர்த்திக் கொள்ளலாமா?

கூடவே கூடாது. சபலத்துக்கு இடம் கொடுக்காதீர்கள். முடிந்தவரை இதுபோன்ற வாய்ப்புகளைத் தவிர்த்து விடுங்கள். உணவுக் கட்டுப்பாடு என்பது உங்கள் வாழ்க்கை இறுதிவரை மாறாதது என்பதைப் புரிந்துகொள்ளுங்கள்.

சாப்பாட்டை சகட்டுமேனிக்கு சாப்பிடத் தொடங்கினால் உங்கள் கணையத்துக்கு நீங்கள் கொண்டுவந்துள்ள தொந்தரவை நினைத்துப் பாருங்கள். கூடுதல் கலோரியை எரிக்க கூடுதல் இன்சுலின் தேவை. அதிக இன்சுலினைச் சுரக்க கணையம் மிகுந்தப் பிரயத்தனப்பட வேண்டியிருக்கும். அப்படி உற்பத்தி செய்யமுடியாத பட்சத்தில் சர்க்கரை அளவு உயர்ந்து விடும். வீண் வம்பு வேண்டாம்.

கணையத்தை பலவீனப்படுத்தினால் விரும்பத்தகாத வேறுசில கோளாறுகள் உடலில் தோன்றலாம். வழக்கம் போல் சாப்பிடுங்கள். உங்கள் உடம்புக்கு நீங்கள் சாப்பிடுங்கள். உங்கள் மனத்துக்காக உங்கள் குடும்பத்தார் சாப்பிடட்டும். அதனால் உங்கள் ஆயுளும், வாழ்க்கையில் மகிழ்ச்சியும் நீடிக்கும்.

தினசரி இன்சுலின் ஊசி போட்டுக்கொள்ள வேண்டிய நிலைமையில் இருக்கும் நான் ஒருநாள் மட்டும் போட்டுக் கொள்ளாமல் மறந்துவிட்டால் என்னாகும்?

ஒன்றைப் புரிந்துகொள்ளுங்கள். அன்றாடம் இன்சுலின் ஊசி போட்டுக்கொள்ள வேண்டிய நிலை ஏற்பட்டுவிட்டால் அதுவே நம் விதி என்பதை நீங்கள் (சற்று வேதனையுடன்) ஏற்றுக்கொண்டே ஆகவேண்டும்.

உங்கள் கணையம் இன்சுலினைச் சுரக்கும் ஆற்றலை இழந்து விட்ட நிலையில் ஊசிமூலம் செலுத்திக்கொள்ளும் இன் சுலின்தான் உங்கள் சர்க்கரை அளவைக் கட்டுக்குள் வைத் திருக்கும்.

ஒருநாள் இன்சுலின் செலுத்தாவிட்டாலும் விளைவுகள் கோமா நிலைக்குக்கூட உங்களைக் கொண்டு தள்ளிவிடும். இன்சுலினை நம்பி இருப்பவர்கள் வேறுசில வியாதிகளுக்கு சிகிச்சை எடுக்க வேண்டி இருந்தாலும், மருத்துவர் ஆலோ சனைப்படி இன்சுலின் ஊசி போட்டுக்கொள்வதை மட்டும் மறக்கவே கூடாது.

கணைய மாற்று அறுவைச் சிகிச்சை உண்டா?

பல்வேறு காரணங்களால் கணையம் பாதிக்கப்பட்டு இன்சுலி னைச் சுரக்க முடியாமல் பழுதடையலாம். பழுதடைந்த இதயத்தையோ, சிறுநீரகத்தையோ உறுப்பு மாற்று அறுவைச் சிகிச்சை மூலம் பாதிக்கப்பட்டவருக்கு பொருத்தலாம். பெரும்பாலும் இந்த சிகிச்சை முழுப் பலனைத் தருகிறது. ஆனால் இதுவரை எந்த நீரிழிவுக்காரருக்கும் கணைய மாற்று அறுவைச் சிகிச்சை முயற்சிகள் வெற்றிகரமாக நடக்க வில்லை என்பதுதான் உண்மை.

இதற்கான பரிசோதனைகள் மிருகங்களிடம் மேற்கொள்ளப் பட்டபோது, அனுகூலமான முடிவுகள் தெரிந்தபோதும் மனிதர்களுக்கு இந்த சிகிச்சையைச் செய்யும் வாய்ப்பு இன்றும் கூடி வரவில்லை.

சர்க்கரை நோயாளிகளுக்கு அதிகம் பசிப்பது ஏன்?

நாம் சாப்பிடும் உணவிலுள்ள சர்க்கரைப் பொருள்கள் ரத்தத்தில் சென்று கலக்கவேண்டும். அவ்வாறு கலந்தவை

செல்களுக்கு சக்தியாகச் சென்று சேரவேண்டும். சர்க்கரை நோயாளியின் செல்களுக்கு சக்தியானது போதுமான அளவு செல்லாது. இதனால் செல்கள் தங்களுக்குப் பசிப்பதாக மூளைக்கு சிக்னல்களை அனுப்பும். இதனால் மூளை இரைப்பைக்குக் கட்டளையிட்டு பசியைத் தூண்டும். இதனால்தான் சர்க்கரை நோயாளிகளுக்குப் பசிக்கிறது.

அதிக பட்டினியாகக் கிடப்பவர்களுக்கும் சர்க்கரை நோய் வருவது ஏன்?

அதிக நேரம் பட்டினியாய் இருந்து பழக்கப்பட்டவர்களின் திசுக்கள் போதுமான அளவு வேலை செய்யும் திறமையை இழந்துவிட்டிருக்கும். இதனால் இன்சுலின் சுரப்பைத் தூண்டும் தன்மை இல்லாமல் இன்சுலின் சுரப்பு குறைந்து அல்லது நின்றுவிடுவதால் சர்க்கரை வியாதி உண்டாகும்.

ரத்த நாளங்கள் ரத்தத்தைக் கடத்துகின்றன. நரம்புகள் எதற்கு?

ரத்த நாளங்கள் மூலமாக உடலுக்குத் தேவையான சத்துப் பொருள்கள் கடத்தப்படுகின்றன. நரம்புகள் மூலமாக சக்தி கடத்தப்படுகிறது. நமது உடல் முழுவதும் வலைப்பின்னல் போன்ற நரம்புகளால் பிணைக்கப்பட்டுள்ளன. இதனால் தான் நம்மால் செயல்பட முடிகிறது. நரம்புகளின் திறன் குறைந்தால் சக்தி குறைவு ஏற்படும்.

சுய பரிசோதனை கருவிகள் யாவை?

ரத்தச் சர்க்கரை அளவை சுயமாக அறிந்துகொள்ள தற்போது உடன் அறியும் கருவி சந்தையில் கிடைக்கிறது. ஒரு சொட்டு ரத்தத்தை அந்தக் கருவியின் புள்ளியில் வைக்க மின்னணு வியல் முறையில் இயங்கும் இக்கருவி சில நொடிகளிலேயே ரத்தச் சர்க்கரை அளவை எண்களாகப் பளிச்சிட்டுக் காட்டுகிறது. கைக்கு அடக்கமாக இருக்கும் இக்கருவியின் விலை ரூ.3000-5000 வரை. உபயோகப்படுத்தும் விசேஷ பட்டை குச்சி ஒன்றின் விலை ஏறக்குறைய ரூ.20 வரை. சிறுநீரில் போட்டு எடுத்துப் பார்த்து சர்க்கரை அளவைப் பார்க்கும் பட்டைக் குச்சிகள் புழக்கத்தில் உள்ளன.

நீரிழிவு இருந்தால் வயிற்று வலி ஏற்படுமா?

அப்படியொன்றும் கட்டாயம் இல்லை. ஆனால் கணையம் பாதிக்கப்பட்டால் ஒருவர் சாப்பிடும் உணவு ஜீரணமாவதில்

சிரமம் ஏற்படும். இதனால், அஜீரணம் ஏற்பட்டு வயிறு வலிக்கலாம். சிலருக்கு கணையத்தில் கல் உருவாகி இருக்கக் கூடும். அப்படிப்பட்ட நிலையில் தாங்கமுடியாத அளவுக்கு வயிற்று வலி ஏற்படலாம். இவ்வாறு கணையம் பாதிக்கப் பட்டால் இன்சுலின் சுரப்பு பாதிக்கப்பட்டு நீரிழிவு ஏற்படு கிறது. கணையத்தில் கல் இருப்பதை அல்ட்ரா சோனோ கிராம் பரிசோதனை மூலம் துல்லியமாகத் தெரிந்துகொள்ள முடியும். கல் இருப்பதை உறுதி செய்தால் சிகிச்சை மூலம் முதலில் கணையத்தை சரிசெய்ய வேண்டும். கணையம் சீராகிவிட்டால் வயிற்றுவலி போயே போய்விடும். நீரிழி வும் கட்டுப்படுத்தப்படும். கணையத்தில் கல் உருவாகி நீரிழிவு ஏற்படுவது என்பது ஒருவருக்கொருவர் மாறுபட லாம். ஆனால், மேலைநாட்டு நாகரிகத்தில் மூழ்கத் தொடங்கிவிட்ட நம் மக்களிடம் ஃபாஸ்ட் ஃபுட் கலாசாரம் வெகுவாக வேரூன்றி விட்டது. பாஸ்ட் புட் தயாரிப்பில் பயன்படுத்தப்படும் சில ரசாயனப் பொருள்கள், கணை யத்தை கணிசமாகப் பதம் பார்த்துவிடுகின்றன. எனவே, அடுத்தமுறை ஃபாஸ்ட் ஃபுட் சாப்பிட வேண்டும் என்ற விருப்பம் தோன்றினால் இந்த பதிலை ஒருமுறை திரும்பப் படித்துவிட்டு சாப்பிடச் செல்லுங்கள்.

நான் கடந்த இருபது ஆண்டுகளாக நீரிழிவினால் பாதிக்கப் பட்டுள்ளேன். உணவுக் கட்டுப்பாட்டை மீறுவதில்லை. நாள் தோறும் நடைப்பயிற்சி மற்றும் உடல்பயிற்சிகளை மேற்கொள் கிறேன். முறையாக மாத்திரையும் சாப்பிட்டு வருகிறேன். சிகரெட் பழக்கம் உள்ளது. தினசரி 3 பாக்கெட்டுகளுக்குக் குறையாமல் புகைக்கிறேன். சமீபகாலமாக எனது நடையில் தடுமாற்றம் காணப்படுகிறது. என்போக்கில் கால்கள் ஒத்துழைக்க மறுக்கின்றன. இடறிக் கொள்கிறேன். சிவந்த நிறமுடைய எனக்கு கால் விரல்கள் மட்டும் கன்றிப் போனதைப் போன்று நிறம் மாறி வருகின்றன. பள்ளி மற்றும் கல்லூரிக் காலங்களில் சிறந்த விளையாட்டு வீரனாக இருந்த எனக்கு இப்போது சற்று தொலைவு நடந்தாலும் கால் வலிக்கிறது. இந்த பாதிப்புகளுக்கு என்ன காரணம்?

சர்க்கரையைக் கட்டுப்படுத்த மாத்திரைகள், உணவுக் கட்டுப் பாடு, உடற்பயிற்சி ஆகிய விஷயங்களில் மிகக் கவனமாக இருக்கும் நீங்கள் ஒரு முக்கியமான விஷயத்தில்

‘கோட்டையை’ விட்டுவிட்டீர்கள். அது புகைப்பழக்கம். புகை, நீரிழிவு நோயாளிக்குப் பகை.

ஒரு சிகரெட் உங்கள் ஆயுள்காலத்தில் சில மணித்துளிகளை கபளீகரம் செய்துவிடும். மூன்று பாக்கெட் என்பது முப்பது சிகரெட்டுகள் (நீங்கள் குடிக்கும் பிராண்டில் பத்து இருக்கும் என்னும்பட்சத்தில்). கடந்த இருபது ஆண்டுகளில் மட்டும் ஏழாயிரத்து 300 சிகரெட்டுகளை ஊதித் தள்ளிவிட்டீர்கள். இப்போது புரிகிறதா?

நாள்பட்ட நீரிழிவால் உடலில் உள்ள ரத்தநாளங்கள் கெட்டிப் பட்டு செயலிழக்கத் தொடங்குகின்றன. என்னதான் சர்க்கரை அளவு கட்டுக்குள் இருந்தாலும் பத்தில் இருந்து பதினைந்து வருடங்களாக நீரிழிவால் பாதிக்கப்பட்டவர்களின் ரத்த நாளங்கள் பாதிப்பில் இருந்து தப்பிக்க வழியேயில்லை. இதனால், ரத்த ஓட்டமும் குறைந்து உடல் உறுப்புகளின் செயல்திறன் வெகுவாகப் பாதிக்கப்படுகிறது. குறிப்பாக, காலின் இயக்கங்கள் விரைவில் மோசமடைகின்றன. கால்கள் வலுவிழக்கின்றன. நரம்புகள் பாதிக்கப்படுவதால் பிளவு ஏற்படுகிறது. பிளவு ஏற்பட்டுவிட்டால் கால்களைத் துண் டிக்க வேண்டிய நிலையும் உருவாகும்.

நரம்புகள் வலு இழப்பதால், புவியீர்ப்பு விசை காரணமாக வும் கால்களில் இருந்து மேல்நோக்கி இதயத்துக்குச் செல்ல வேண்டிய அசுத்த ரத்தம் சிறிதளவில் தேங்கிவிடுகிறது. நாளடைவில் கால்களுக்குச் செல்லவேண்டிய தூய ரத்தம் தடைப்பட்டு நரம்புகள் முற்றிலும் செயல் இழக்கின்றன.

புகைப் பிடித்தால் அதில் உள்ள நிகோடின் காரணமாக ரத்தக் குழாய்கள் இறுகிவிடுகின்றன. ஏற்கெனவே நீரிழிவினால் பாதிக்கப்பட்டவர்கள் புகைப் பிடித்தால் விளைவு படுமோசம் என்பதை இன்னும் விரிவாகச் சொல்ல வேண்டியதில்லை. புகைப் பிடிக்கும் பழக்கத்தை உடனடியாக நிறுத்துங்கள்.

கால் விரல்களின் நிறம் மாறியிருப்பதாலும், நடந்தால் கால் வலிக்கிறது என்ற நிலை இருப்பதாலும் நீங்கள் ‘டேஞ்சர் மார்க்’கில் இருக்கின்றீர்கள். உங்களுக்குத் தேவை அவசர சிகிச்சை. உடனடியாக டாக்டரைப் பார்த்து சிறப்புச் சிகிச்சை எடுத்துக்கொள்ளாவிட்டால் கால்களைக் காப்பாற்றுவது கடினம்.

இரவில் படுக்கும்போது நான்கு அங்குல உயரத்துக்கு சிறிய தலையணை வைத்து அதன் மீது காலை வைத்துத் தூங் குங்கள். தேங்கிவரும் ரத்த ஓட்டம் ஓரளவுக்கு இயல்பாகி இதயத்தைச் சென்றடையும் வாய்ப்புள்ளதால் பாதிக்கப் பட்ட கால்களுக்கு நல்ல பலனைத் தரும்.

என்னதான் கட்டுப்பாடாக இருந்தாலும் தீபாவளி, பொங்கல் போன்ற பண்டிகை நாள்களில் வீட்டில் விதவிதமான ஸ்வீட் களைச் செய்யும்போது எனக்கு நீரிழிவு இருப்பதை மறந்து விட்டதாக நினைத்துக்கொண்டு அத்தனை அயிட்டங்களையும் வாய்க்குள் அள்ளிப்போட வேண்டும் என்று என் மனசு கிடந்து அலைபாய்கிறது. அஸ்கா சர்க்கரை என்று சொல்லப்படும் சாதாரண சர்க்கரையில் (சீனி) தயாரிக்கப்படும் இந்த ஸ்வீட்டில் சர்க்கரைக்குப் பதிலாக சாக்கரின் அல்லது ஸ்வீட்டக்ஸ் கலந்து தயாரித்தால் என் விருப்பப்படி ஒரு கை பார்க்கலாமா?

கையைப் பார்ப்பது இருக்கட்டும். முதலில் உங்கள் குடும் பத்தை எண்ணிப் பாருங்கள். அவர்களது சந்தோஷம்தான் உங்கள் குறிக்கோள் என்றால் இனிப்பு மீதான சபலம் இருக்கவே கூடாது. தெரிந்ததா?

இனிப்புகளில் சர்க்கரைக்கு மாற்றாக சாக்கரின் கலந்திருப்ப தால் எந்தப் பிரச்னையும் இல்லை. ஆனால் கொழுப்பு நிறைந்த பால், அரிசி அல்லது மாவு கலந்து செய்யும் பண்டங் களில் சாக்கரின் கலந்தால் நமது பயம் சாக்கரின் பற்றி அல்ல; கார்போஹைட்ரேட்டையும் கொழுப்புச் சத்தையும் அள்ளித் தரப்போகிற இதரப் பொருள்கள்தான். கலோரியை அதிக மாகத் தரக்கூடியவை அவை. உங்கள் உடல்நலத்துக்கு நிச்சயம் ஊறு விளைவித்துவிடும். பண்டிகை நாள் அதுவு மாக இதெல்லாம் தேவையா?

ரத்தம், சிறுநீர் இரண்டையும் ஒரே நேரத்தில் பரிசோதித்த போதிலும் சிறுநீரில் சர்க்கரை இருப்பதாகவும், ரத்தத்தில் சர்க்கரை அளவு இயல்பாக இருப்பதாகவும் பரிசோதனை முடிவுகள் தெரிவது ஏன்?

ரத்தத்தில் சர்க்கரை அளவு இயல்பாக இருந்து சிறுநீரில் மட்டும் சர்க்கரை அளவு உயர்ந்திருப்பதை 'ரீனல் க்ளைகோசூரியா' (Renal Glycosuria) என்று குறிப்பிடலாம்.

இதற்கு பல்வேறு காரணங்கள் உள்ளன. சிறுநீரில் சர்க்கரை அளவு இருப்பதை வைத்து மட்டும் ஒருவருக்கு நீரிழிவு ஏற்பட்டிருப்பதாக முடிவு செய்யக் கூடாது. திரும்பத் திரும்ப செய்யப்படும் சில ரத்தப் பரிசோதனைகள் மூலமே நீரிழிவை உறுதி செய்யவேண்டும்.

அரிசி உணவு பழக்கப்பட்டுவிட்ட எனக்கு நீரிழிவு காரணமாக கோதுமை சப்பாத்தியே சாப்பிட வேண்டும் என்று என் மனைவி வற்புறுத்துகிறார். சப்பாத்திக்கும் எனக்கும் ஜென்மப்பகை. என்ன செய்வது?

அரிசி, கோதுமை இரண்டிலும் கிட்டத்தட்ட சமமான அளவு கார்போஹைட்ரேட் சத்துதான் உள்ளது. கோதுமை சப்பாத்தி சாப்பிட்டால் ஜீரணம் ஆவதற்கு சற்று தாமதமாகும். இதனால், அந்த உணவு மூலம் கிடைக்கின்ற கலோரிகளும் உடலில் தாமதமாகவே சேர்கின்றன. இன்சுலின் உற்பத்தி பாதிக்கப்பட்ட நபர்களுக்கு இந்த கலோரிகளை எரிப்பதற்கு வழக்கத்தைக் காட்டிலும் மிகக் குறைந்த இன்சுலினே தேவைப்படுகிறது. அதேசமயத்தில் அரிசியில் இருக்கும் கார்போஹைட்ரேட் வெகு சீக்கிரத்தில் ரத்தத்தில் கலந்து சர்க்கரை அளவை அதிகப்படுத்தும் வாய்ப்பு உள்ளது. இப்போது புரிந்ததா சூட்சுமம். மனைவி சொல்லே ‘மந்திரம்’. இருந்தாலும் ஆசைக்குக் கொஞ்சம் அரிசி சாதத்தை சேர்த்துக்கொள்ளுங்கள். நார்ச்சத்து நிறைந்த முள்ளங்கி போன்ற காய்கறிகளை அதிகம் சேர்த்துக் கொள்ளுங்கள். இப்ப சந்தோஷம்தானே?

நீரிழிவு நோயாளிகள் விரும்பினால் ஸ்வீட் சாப்பிட்டுவிட்டு வழக்கமாக எடுத்துக்கொள்ளும் மாத்திரை அல்லது இன்சுலின் அளவை அதிகரித்தால் கூடுதல் சர்க்கரை அளவை ரத்தத்தில் கட்டுப்படுத்திவிடலாமா?

நிச்சயமாக! எப்போது தெரியுமா? அடுத்த நாளைக்கோ அல்லது வரும் வாரத்துக்கோ மாதத்துக்கோ தேவையான உணவை இன்றே சாப்பிட்டுக்கொள்ளலாம் என்று இயற்கை அனுமதித்தால். நோயாளிகளின் மனத்தை டாக்டர்கள் எப்போதும் எந்தவிதத்திலும் புண்படுத்துவதில்லை. ஆனால் சில மூடநம்பிக்கைகள், தவறான பிரசாரங்களை நம்பி டாக்டர்களின் சொல்லை மீறி மருந்துக் கட்டுப்பாட்டை

உடைத்தெறியும் நோயாளிகளைப் பார்த்து வேதனைப் படுவதைத் தவிர வேறு ஒன்றும் தோன்றவில்லை.

சில நோயாளிகளுக்கு, இன்சுலின் மற்றும் மாத்திரைகளை ஒரே சமயத்தில் எடுத்துக்கொள்ளப் பரிந்துரைப்பது ஏன்?

இந்த நோயாளிகளுக்குத் தேவையான இன்சுலினை அவர்களது கணையம் உற்பத்தி செய்யும் திறன் பாதிக்கப் பட்டிருக்கலாம். அதேசமயத்தில் இன்சுலினைச் சுரக்கும் கணைய செல்கள் முற்றிலும் செயல் இழந்திருக்காது.

இந்த செல்களை இன்சுலின் சுரக்கச் செய்யத்தான் மாத் திரைகள் அவசியப்படுகிறது. ஆனால், உடலுக்குத் தேவை யான இன்சுலின் கிடைக்காத நிலையில் நோயாளி பாதிக்கப் பட்டுவிடக் கூடாது என்ற நோக்கத்தில் அவருக்கு இன்சுலின் ஊசி பரிந்துரை செய்யப்படும்.

வேறு நோய்களுக்கு உட்கொள்ளும் மாத்திரைகளால் ரத்தத்தில் சர்க்கரை அளவு அதிகரிக்குமா?

ப:வாய்ப்பு உள்ளது. பெண்கள் சாப்பிடும் சில வகை கருத் தடை மாத்திரைகள், சிறுநீர் வெளியாவதைத் தூண்டும் மாத்திரைகள் மற்றும் கார்டிஸான் ரக மாத்திரைகளாலும் ரத்தத்தில் சர்க்கரை அளவு அதிகரிக்கலாம்.

நீரிழிவு தவிர பிற நோய்களுக்கு சிகிச்சை எடுத்துக்கொள்ளும் முன்பு சம்பந்தப்பட்ட டாக்டரிடம் உங்களது நீரிழிவுக் குறை பாட்டையும் உட்கொள்ளும் மருந்து மற்றும் இன்சுலின் ஊசி போடப்படும் தகவல்களை விவரமாகத் தெரிவிக்க வேண்டும்.

நீரிழிவு நோயாளிகள் வாழ்க்கை முழுவதும் மாத்திரை அல்லது இன்சுலின் ஊசிகளோடுதான் காலம் தள்ளவேண்டுமா?

விரக்தி அடையத் தேவையில்லை. சரியான உணவு, விடாது உடற்பயிற்சி மற்றும் மாத்திரைகளாலும் ஒரு சிலருக்கு ரத்தத்தில் சர்க்கரை அளவு பல ஆண்டுகளுக்குக் கட்டுக்குள் தொடர்ந்து நீடிக்கும். தொடக்கநிலையிலேயே நீரிழிவை அறிந்து கட்டுப்பாடாக இருந்து வருபவர்களுக்கு இந்த நன்மை கிடைக்கிறது.

சில சமயங்களில் வழக்கமாக சாப்பிடும் மாத்திரைகளைச் சாப்பிட்டவுடனேயே லேசாகத் தலைசுற்றல் ஏற்படக்கூடும். காரணம் உடலில் இயல்பாக இருக்கவேண்டிய சர்க்கரை அளவு குறைவதால் ஏற்படும் தாழ்சர்க்கரைநிலை அல்லது க்ளைசீமியா. இந்த நிலையை எட்டியவர்கள், டாக்டர் ஆலோசனைப்படி மாத்திரைகளை நிறுத்திக்கொள்ளும் வாய்ப்புள்ளது.

பாகம் - மூன்று

- பிற்சேர்க்கைகள்
- அட்டவணைகள்

பிற்சேர்க்கை - 1

எடையைக் குறைக்க எளிய யோசனைகள்

★ கொழுப்புச் சத்துள்ள உணவு வகைகளைக் குறைத்துக் கொள்ளுங்கள். தினசரி நீங்கள் சாப்பிடும் உணவில் என்ன வகையான சத்துகள் அதிகம் உள்ளன, எத்தனை கலோரி அளவு கொண்டவை என்பது பற்றிய விளக்கமான ஓர் அட்டவணையைத் தயாரித்துக்கொள்ளுங்கள். குடும்பத் தாருடன் கலந்து பேசி, வாராந்திர மெனுவை பட்டிய லிடுங்கள். அதைப் பின்பற்றியே சாப்பிடுங்கள்.

★ உணவில் கார்போஹைட்ரேட் சத்துக்கு முதன்மை இடத்தை அளியுங்கள்.

★ உங்களுக்குத் தேவைப்படும் கலோரி அளவில் 20 முதல் 30 சதவீதம்வரை கொழுப்புச்சத்து கொண்ட உணவு மூலம் பெறுங்கள். செறிவுற்ற கொழுப்பு அமிலங்கள் மிகவும் குறைந்த அளவில் உள்ள உணவு மற்றும் கொலஸ்ட்ரால் இல்லாத பதார்த்தங்களைத் தேர்ந்தெடுத்து சாப்பிடுங்கள்.

★ குறைந்த கொழுப்புச் சத்துள்ள உங்களுக்குப் பிடித்தமான குறிப்பிட்ட உணவை எழுதி வைத்துக்கொண்டு அவற்றை அளவோடு சாப்பிடப் பழகுங்கள்.

★ பர்சனல் விஷயங்களை குறித்து வைத்துக்கொள்வது போன்று அன்றாடம் நீங்கள் சாப்பிடும் உணவைப் பற்றியும் குறிப்பெழுதுங்கள். என்ன சாப்பிட்டீர்கள், அதை எங்கே, எப்போது, எவ்வளவு சாப்பிட்டீர்கள் என்று ஒன்றுவிடாமல் எழுதுங்கள். இதன்மூலம் எந்த உணவு உங்களை அதிகம் சாப்பிடத் தூண்டியது? ஏன்?

என்ற காரணத்தைத் தெரிந்து கொண்டு அடுத்த முறை தவிர்க்கலாம்!

- ★ சாப்பாட்டின் தொடக்கத்திலேயே சுக்கா சப்பாத்தி அல்லது தந்தூரி ரொட்டிகளைச் (முழுக்கோதுமையில் செய்யப்பட்டிருக்க வேண்டும்) சாப்பிட்டால் நிறைய சாப்பிட வேண்டும் என்ற எண்ணம் குறையும்.
- ★ சிறிது சிறிதாக எடுத்து பொறுமையாக மென்று சாப்பிடுங்கள். அப்படிச் சாப்பிட்டால் உணவு நன்றாக ஜீரணம் ஆகும் என்பது ஒருபக்கம் இருந்தாலும் அதிக அளவில் சாப்பிட முடியாது.
- ★ சாப்பிடுவதற்கு முன்பும், இடையிடையே அரை டம்ளர் தண்ணீராவது அருந்துங்கள். இதனால், வயிறு சீக்கிரமே நிரம்பி சாப்பிடும் அளவு குறையும்.
- ★ பசிக்கும்போது கண்டதை வாங்கிச் சாப்பிடாதீர்கள். பேல்பூரி, பானிபூரி போன்ற ஃபாஸ்ட் ஃபுட் அயிட்டங்களை தவிர்த்துவிடுங்கள். அதற்குப்பதிலாக, வெஜிடபிள் சூப் சாப்பிடலாம். சிறிதளவு எலுமிச்சை பிழிந்து வெள்ளரிப்பிஞ்சு, வெங்காயம் கொண்ட சாலட் சாப்பிடலாம்.
- ★ ஜூஸ் குடிப்பதைக் காட்டிலும் முழுப்பழங்களாகச் சாப்பிடுவது நல்லது.
- ★ வாரந்தோறும் எடையை சரி பாருங்கள். குறித்து வைத்துக் கொள்ளுங்கள்.
- ★ காலை உணவைச் சாப்பிடுவதற்கு முன்பு சிறுநீர் கழித்து விட்டு எடை பார்க்கும் இயந்திரத்தில் ஏறி கணக்கிடுங்கள்.
- ★ எடை பராமரிப்பு என்பதற்காக ஒரே மூச்சில் உங்கள் வாழ்க்கை முறையை மாற்றிக்கொள்ள முடியாது. உடல் பருமனைக் குறைப்பதற்கு கடுமையான உடற்பயிற்சிகள்தான் தேவை என்று கிடையாது. அவரவர் உடல் நிலைக்கேற்ற பயிற்சிகள், யோகாசனங்கள், நடைப் பயிற்சிகளைத் தேர்ந்தெடுத்து பின்பற்றலாம். அப்போதுதான் பயிற்சிகள் உங்களுக்கு அலுப்பு தராது. வீண் சலிப்பும் ஏற்படாது.

★ எடையை எந்தெந்த வழிகளில் எல்லாம் குறைக்க முடியும் என்பதை முன்கூட்டியே திட்டமிடுங்கள். நீங்கள் நினைக்கும் எடைக்கு வந்துவிட்டால் உங்கள் தோற்றம், வாழ்க்கை முறை எப்படி அமையுங்கள் கற்பனையில் திளைத்துப் பாருங்கள் உங்களுக்கே ஓர் ஆர்வம் பீரிட்டு அயராமல் பயிற்சியில் ஈடுபடுவீர்கள்.

★ மீண்டும் மீண்டும் ஒரேமாதிரியான பயிற்சியில் ஈடுபடாமல் சைக்கிள் பயிற்சி, மெல்லோட்டம், விரைவு நடைப்பயிற்சி, நீச்சல் என விதவிதமாக முயற்சி செய்யுங்கள். முடிந்தால் குடும்பத்தினருடன் விடுமுறை நாள்களில் ஓடிப்பிடித்து விளையாடுங்கள். அதற்கு ஏற்ற வயதில் உங்களுக்கு ஒரு குழந்தை இருந்தால் அவர்களுக்கு கம்பெனி கொடுங்கள். அவர்கள் உங்களை ஓடஓட விரட்டி எடையைக் குறைக்கச் செய்வார்கள்.

★ சிலருக்கு டென்ஷன் வந்தால் கன்னாபின்னாவென்று சாப்பிடுவார்கள். தியானம், பிராணாயாமம் போன்றவை அவர்களது டென்ஷனை குறைக்கும். உடல் எடை குறைந்தால் ரத்தக் கொதிப்பும், கொலஸ்ட்ராலும் குறைந்துவிடும்.

★ உங்களுக்குப் பிடித்த விளையாட்டு வீரர் யாரையாவது முன்மாதிரியாக நினைத்துக்கொண்டு அவரோடு சேர்ந்து செய்வதாக எண்ணி பயிற்சியில் ஈடுபடுங்கள். உற்சாகமாக உணர்வீர்கள்.

★ வாழ்க்கை முழுவதும் உடற்பயிற்சியா, உணவுக்கட்டுப்பாடா என்று திகைத்துவிடாதீர்கள். இதுவே அன்றாட வாடிக்கையாக மாற்றிக் கொள்ளுங்கள். போகப் போகப் பழகிவிடும். பிறகு நீங்கள் அதற்கு அடிமையாகியும் விடுவீர்கள். பிறகென்ன பூரண ஆரோக்கியம்தான்.

பிற்சேர்க்கை - 2

பத்திய உணவு நிச்சய பலன்

நீரிழிவு நோயாளிகளுக்கு உணவு முறை மிகமிக அவசியம் என்பதுடன், முக்கியமானது என்றும் சொல்லலாம். நீரிழிவு நோய் வரக்கூடிய சாத்தியக்கூறுகள் உள்ளவர்களுக்கும் அது அவசியம். அதற்காகத் தாங்கள் எல்லா நாள்களிலும் கடுமையான பத்தியம் (Strict Diet) கடைப்பிடிக்கவேண்டிய அவசியம் கிடையாது. தங்களது நோயின் தன்மை, வயது, எடை, பெண்களாக இருந்தால் கர்ப்ப காலத்தில் பின்பற்ற வேண்டிய உணவு முறைகள் முதலியவற்றைக் கவனத்தில்கொண்டு தாங்கள் என்ன என்ன சாப்பிட வேண்டும், எப்படிச் சாப்பிட வேண்டும் என்பதை, தங்கள் சூழ்நிலைக்கு ஏற்ப, பொருளாதாரத்துக்கு ஏற்ப, உணவுப் பழக்கவழக்கத்தை மாற்றிக் கொள்வது நல்லது. அவர்களுக்குச் சில உணவு முறைகள் (Meals Plan) கீழே பரிந்துரை செய்யப்படுகின்றன.

(ஒவ்வொருவருடைய எடை, உயரம் ஆகியவற்றை முக்கியக் காரணிகளாகக் கொண்டு உணவு முறை திட்டமிடப்படுகிறது. தினசரி 1800/2200/2600 என்ற கிலோ கலோரி அளவில் உணவு தேவைப்படுபவர்களுக்கான மாதிரி உணவுப் பட்டியல் கீழே கொடுக்கப்பட்டிருக்கிறது).

காலை

6-7 மணி

சர்க்கரை இல்லாமல் ஒரு கப் காபி *(அ)* டீ *(அ)* பால். சர்க்கரைக்குப் பதிலாக சுகர் பிரீ (Sugar Free) *(அ)* ஈக்குவல்

(Equal) *(அ)* ஸ்வீடெக்ஸ் கோல்டு (Sweetex gold) *(அ)* ஒன் அப் (One Up) பயன்படுத்தலாம்.

8-9 மணி

இட்லி 3/4/5 (அ) சப்பாத்தி 3/4/5 (அ) பூரி 2/3/4 (அ) பொங்கல் (அ) உப்புமா 2/3 கப், தொட்டுக்கொள்வதற்கு சாதாரண வறுகடலை சட்னி (அ) புதினா, கொத்தமல்லி, கறிவேப்பிலை துவையல் (அ) தக்காளி, வெங்காயம், பூண்டு சட்னி (அ) சாம்பார். தேங்காய் சட்னியும் உருளைக்கிழங்கும் கூடாது. சாப்பிட்டபின் சர்க்கரை போடாத காபி அருந்தலாம்.

11-11.30 மணி

மேரி பிஸ்கட் நான்கு (அ) வெள்ளரிப் பிஞ்சு (அ) வெள்ளரிக் காய், தக்காளி, வெங்காய சாலட் (அ) சமைத்த கீரை, காய்கறி வகைகளை தாராளமாக சாப்பிட்டுவிட்டு வெறும் தண்ணீர் குடிக்கலாம் (அ) சர்க்கரை இல்லாத பால் (அ) காபி (அ) டீ அருந்தலாம், வெயில் (அ) கோடை நாள்களில் இரு டம்ளர் மோர் (அ) எலுமிச்சை பழ ஜூஸ் (அ) தக்காளி பழ ஜூஸ் சிறிது உப்பிட்டுக் குடிக்கலாம். கோகோ கோலா, லிம்கா, சிட்ரா, லெமெனெட், ஸ்பிரின்ட், ஃப்ரூட்டி, மாங்கோலா, ஆப்பிள் போன்ற குளிர்பானங்கள் கூடாது.

மதியம்

1-2 மணி

தங்கள் கையினால் ஒரு கைப்பிடி (எவ்வளவு அதிகபட்சம் வருமோ அவ்வளவு) சாதம் சாம்பாருக்கும் மேலும் ஒரு கைப்பிடி சாதம் ரசத்துக்கும், மற்றொரு கைப்பிடி சாதம் மோர்/ஏடு நீக்கப்பட்ட தயிரும் போட்டு சாப்பிடலாம். கீரைகள், காய்கறிகள் அளவில்லாமல் சாப்பிடலாம். காய் களில் வாழைக்காய் வேண்டாம். வெள்ளை முள்ளங்கி, சிவப்பு முள்ளங்கி நிறைய சாப்பிடலாம். எப்போதாவது ஒரு முறை கேரட் பயன்படுத்தலாம். மற்ற கிழங்குகள் எந்த வடிவத்திலும் கூடாது.

கீரை காய்கறிகளில் அதிகமான எண்ணெய் சேர்த்து வறுப் பதும், தேங்காய் போட்டு சமைப்பதும் கூடாது. சாப்பாட் டுடன் பழரசம் (Fruit Juice) *இனிப்பு* (Sweet), *பாயசம்,*

ஐஸ்க்ரீம், பழக்கலவை (Fruit Salad) வாழைப்பழம், சிப்ஸ், இனிப்பு பீடா முதலியன சாப்பிடுவதை அறவே தவிர்க்க வேண்டும். வீட்டில் சாப்பிட்டாலும் விருந்தில் சாப்பிட்டாலும் ஹோட்டல்களில் சாப்பிட்டாலும் சாதம் சாம்பார், ரசம், மோர், கீரை, காய்கறிகள் முதலியவற்றை மட்டும் சாப்பிட்டு விட்டு மற்றவைகளை ஒதுக்கிவிட வேண்டும். அதுபோன்ற மனப்பக்குவத்தை வளர்த்துக்கொள்ள வேண்டும்.

மாலை

5 - 5.30 மணி

ஒரு கப் சுண்டல் - ஏதாவது ஒரு பயறு வகை (அ) கடலை வகை (Dhal or Gram) *50 கி அளவுக்கு (அ) பட்டாணி, பொட்டுக்கடலை, அவித்த (அ) வறுத்த வேர்க்கடலை (அ) 50 கி அளவுக்கு ஓமபொடி, பக்கோடா (அ) ஒரு சிறிய வடை (அ) பஜ்ஜி (அ) போண்டா (அ) மூன்று மேரி பிஸ்கட் ஆகியவைகளில் ஏதாவது ஒன்றை சாப்பிட்டுவிட்டு சர்க்கரை இல்லாமல் காபி/டீ/பால் குடிக்கலாம். உருளைக்கிழங்கு பஜ்ஜி/போண்டா கூடாது.*

இரவு

8-9 மணி

சப்பாத்தி 2/3/4 (அ) கேழ்வரகு அடை 2/3 (முருங்கைக் கீரை வெங்காயம் அதிகம் போட்டது) (அ) சுக்கா சப்பாத்தி (Dry Chappathy) *நல்லது. தொட்டுக்கொள்வதற்கு தேங்காயும் உருளைக்கிழங்கும் சேர்ந்த குருமா கூடாது. கீரை, காய்கறி களில் செய்த ஏதாவது ஒன்று (அ) பருப்பு சேர்த்துக் கொள்ளலாம்.*

10-10.30 மணி

சர்க்கரை இல்லாமல் பால் சாப்பிடலாம்.

குறிப்பு: குறைந்த எண்ணிக்கையுடைய உணவு வகைகள் உடல் பருமன் அதிகம் உள்ளவர்களுக்கும் (1800 கலோரி), நடுவில் இருப்பது திட்டமான எடை உள்ளவர்களுக்கும் (2200 கலோரி) அதிக எண்ணிக்கையுடைய உணவு வகைகள் மெலிந்துள்ள நீரிழிவு நோயாளர்களுக்கும் (2600 கலோரி) பரிந்துரை செய்யப்படுகிறது.

காலை 11-11.30 மணி அளவில் சாப்பிடுவதையும், மாலை 5-5.30 மணி அளவில் சாப்பிடுவதையும் அவசியம் ஒரு பழக்கமாக வைத்துக்கொள்ள வேண்டும். அவ்வாறு சாப் பிட்டால்தன் உணவு வேளைகளுக்கு இடையில் ஏற்படும் பசியைத் தவிர்க்கலாம். அடுத்த வேளை உணவைக் குறைத்து சாப்பிட இயலும். தாழ் சர்க்கரை நிலை (Hypoglycemia) ஏற்படாது. ரத்தத்தில் சர்க்கரை ஒரே சீராக இருக்கும். இது மிக முக்கியம்.

மூன்று வேளையும் அரிசியில் தயாரித்த உணவையே உண்பதற்குப் பதில் ஏதாவது ஒரு வேளை கோதுமை அல்லது கேழ்வரகில் செய்த உணவுப் பொருள்களைச் சாப்பிட்டுக் கொள்ளவும். கோதுமை, கேழ்வரகு, சத்துமாவு போன்ற வற்றைக் கஞ்சியாக குடிக்க வேண்டும். அவ்வாறு குடித்தால், 1. ஓர் உணவு சாப்பிட்டது போன்ற உணர்வு இருக்காது, 2. உடனே ஜீரணமாகிவிடும், 3. ரத்தத்தில் சர்க்கரையின் அளவு வேகமாக அதிகமாகும், 4. அடுத்த வேளை பசி உடனே எடுததுக்கொள்ளும். ஆகவே, இவற்றை சப்பாத்தியாகவும் கேழ்வரகு அடையாகவும் சாப்பிட்டால் சாப்பிட்டது போன்ற ஓர் உணர்வு இருக்கும். மெதுவாக ஜீரணமாகும். சர்க்கரையும் ஓரளவுதான் கூடும். பசியும் உடனே எடுக்காது.

ஆகவே, நல்ல நிலையில் உள்ள சர்க்கரை நோயாளிகள் கஞ்சி குடிக்க வேண்டாம்.

சிலரிடம் காலையில் சாதம் (Brunch) சாப்பிடும் பழக்கமும், மதியம் சிற்றுண்டி (Tiffin) சாப்பிடும் பழக்கமும் உள்ளது. இப்பழக்கத்தையே பின்பற்றுவதில் தவறில்லை. எத்தகுதி படைத்தவராக இருந்தாலும் எந்தச் சூழ்நிலையாக இருந் தாலும் நேரம் தவறாமல் சாப்பிட வேண்டும். நேரம் தவறினால் தாழ் சர்க்கரை நிலை (மயக்கம்) (Low sugar - Hypoglycemia) ஏற்பட வாய்ப்புண்டு.

எண்ணெய் வகைகள்

சமையலுக்கு சூரியகாந்தி எண்ணெய் (அ) நல்லெண்ணெய் (அ) வேர்க்கடலை எண்ணெய் முதலியவற்றைப் பயன் படுத்தலாம். பாமாயில், வனஸ்பதி, டால்டா, தேங்காய் எண்ணெய், நெய் முதலியன பயன்படுத்துதல் கூடாது.

மாமிச வகைகள்

உடல் எடை அதிகமில்லாதவர்கள், ரத்தத்தில் கொலஸ்ட் ரால் அதிகம் இல்லாதவர்கள், வாரத்தில் ஓரிரு முட்டை சாப்பிடலாம். கோழி, மீன், ஆட்டுக்கறி முதலியவற்றில் ஏதாவது ஒன்றை குழம்பாக வைத்து (வறுக்காமல்) வாரம் ஒருமுறை மூன்று அல்லது நான்கு துண்டுகள் (50-100 கி) சாப்பிடலாம். ஈரல், மூளை, கொழுப்பு அதிகமுள்ள பகுதி முதலியவற்றைச் சாப்பிடக் கூடாது. (Avoid organ and fatty meat)

உப்பு

சர்க்கரை நோயுடன் ரத்தக் கொதிப்பு (High Blood Pressure) இதய நோய், சிறுநீரகக் கோளாறு உள்ளவர்கள், உப்பில் ஊறவைத்த ஊறுகாய்களான எலுமிச்சை, மாங்காய் முதலிய வற்றையும் கருவாடு (Dry Fish) அப்பளம், மோர் மிளகாய் முதுலியவற்றையும் அறவே சாப்பிடக்கூடாது. அதற்குப் பதில் புதினா, கொத்தமல்லி, கருவேப்பிலை, பருப்பு துவையல் முதலியவற்றைப் பயன்படுத்தலாம். சர்க்கரை நோய் மட்டும் உள்ளவர்கள் வழக்கம்போல் சமையலுக்கு உப்பு பயன்படுத்தலாம்.

பழ வகைகள்

ஆரஞ்சு, ஆப்பிள், சாத்துக்குடி, கொய்யா, மாதுளை, பப்பாளி ஓரிரு துணுக்குகள், அன்னாசி, வெள்ளெரி, தர்பூசனி, கீர்னி போன்ற லேசான இனிப்பு உடை நார்ப்பொருள் (சக்கை) நிறைந்த பழ வகைகளை வாரத்தில் இரண்டு அல்லது மூன்று நாள்கள் சாப்பிடலாம். சிறிய பழமாக இருந்தால் ஒன்று, பெரியதாக இருந்தால் பாதி பழம் சாப்பிடலாம். மாமிச வகைகள், குறிப்பிட்ட பழ வகைகளைச் சர்க்கரை நோய் நல்ல கட்டுப்பாட்டுக்குள் வந்தபின் சாப்பிட வேண்டும். மாம்பழம், பலாப்பழம், வாழைப்பழம், திராட்சைப்பழம், சப்போட்டாபழம், உலர்ந்த பழங்களான பேரிச்சை, திராட்சை முதலியவற்றை சாப்பிடக் கூடாது.

பனைவெல்லாம், பனங்கற்கண்டு, தேன், மலைவாழைப் பழம், லேகியம், பஞ்சாமிர்தம் முதலியவற்றை நீரிழிவு நோயாளர்கள் சாப்பிடக் கூடாது.

பீடி-சிகரெட் மற்றும் மதுபானம்

பீடி, சிகரெட் மற்றும் மதுபான பழக்கங்கள் இந்நோயை தீவிரப்படுத்தும். ஆகவே, இவற்றை நிறுத்துதல் நலம் அல்லது மிகவும் குறைத்தல் நல்லது. மற்ற நோய்களான ரத்த அழுத்தம், மாரடைப்பு, பக்கவாதம், கால்களில் தசைவலி, வயிற்றுபுண் முதலியவையும் இப்பழக்கங்களால் மோசமாகும்.

தவிர்க்கப்பட வேண்டியவைகள்

கிழங்கு வகைகள், இனிப்பு வகைகள், கேக், இனிப்பு, பிஸ்கட், ஐஸ்க்ரீம், வெண்ணெய், நெய்/எண்ணெயில் பொரித்த உணவுகள், கொழுப்புச் சத்துள்ள மாமிச வகைகள், உலர்ந்த பழங்கள், மதுபானங்கள், சில பழ வகைகள், முட்டையின் மஞ்சள் கரு, பாதாம், பிஸ்தா முதலியவை.

தாராளமாக சாப்பிடக்கூடியவை

அனைத்து கீரை வகைகள், காய் வகைளில் புடலங்காய், பீர்க்கங்காய், கத்தரிக்காய், பாகற்காய், கோவைக்காய், சுண்டக்காய், பூசணிக்காய், முள்ளங்கி, வெள்ளரிக்காய், காலிஃப்ளவர், கொத்தவரை, வெண்டைக்காய், தக்காளி, வாழைப்பூ, வாழைத்தண்டு முதலியவை. அவற்றில் நார்ப்பொருள் அதிகம். இந்நார் பொருள்கள் சர்க்கரையை கட்டுப்பாட்டில் வைத்திருப்பதுடன் கொழுப்புச் சத்தையும் குறைக்க வல்லது. வெந்தயம் தாராளமாக சமையலில் சேர்த்துக் கொள்ளலாம். வாழைக்காய் கூடாது.

அருகம்புல் சாறு மிக அதிகம் குடிப்பது, சிறுகுறிஞ்சா தழை சாப்பிடுவது, வேப்பிலை கொழுந்து சாப்பிடுவது, பாகற்காய் சாறு குடிப்பது - இவைகளின் மூலம் சர்க்கரை நோய் சரியாகிவிடுகிறது என்ற நினைப்புடன் இருப்பது தவறு.

உணவு வகைகளை நேரம் தவறாமல் சரியாக சாப்பிடப் பழகிக்கொள்ளவும். அநாவசியமாக சாப்பாட்டு நேரத்தை தள்ளிப்போடாதீர்கள். அதேபோல் மாத்திரைகள், ஊசிகளையும் குறிப்பிட்ட நேரத்திள்ட்களில் ஏற்படும் மற்ற தொந்தரவுகளுக்கு உடனே சிகிச்சை செய்துகொள்ள வேண்டும்.

திரவ வகைகள்

- 200 மி.லி. தண்ணீர் பருகினால் ரத்தத்தில் உள்ள சர்க்கரையில் மாற்றம் ஏதும் இருக்காது.
- 200 மி.லி. நீர்த்த மோர் குடித்தால் 10 மி.கி. சதவீதம் வரை அதிகமாகலாம்.
- 200 மி.லி. சர்க்கரை இல்லாத பால் (அ) காபி (பாதி பால் + பாதி நீர்) சாப்பிட்டால் 40 மி.கி. சதவீதம் அதிகரிக்கலாம்.
- 200 மி.லி. சர்க்கரை போட்ட காபி குடித்தால் - 140 மி.கி. சதவீதம் வரை அதிகமாகலாம்.
- 200 மி.லி. உப்பிட்ட எலுமிச்சை பழ ஜூஸ் குடித்தால் (அ) தக்காளி பழ ஜூஸ் 30 மி.கி. சதவீதம் மிக அதிகமாகலாம்.
- 200 மி.லி. இளநீர் குடித்தால் 40 மி.கி. சதவீதம் அதிகமாகலாம்.
- 200 மி.லி. கஞ்சி குடித்தால் (சத்துமாவு கஞ்சி) 100 மி.கி. சதவீதம் அதிகமாகலாம்.
- 200 மி.லி. இனிப்பான குளிர்ந்தபானங்கள் குடித்தால் 150 மி.கி. சதவீதம் அதிகமாகலாம்.
- 200 மி.லி. பழ ஜூஸ் குடித்தால் 150 மி.கி. சதவீதம் அதிகமாகலாம்.
- உடன் சர்க்கரை சேர்த்தால் 250 மி.கி. சதவீதம் அதிகமாகும்.
- 200 மி.லி. சதவீதம் மில்க் ஷேக் குடித்தால் 300 மி.கி. சதவீதம் அதிகமாகலாம்.

ஆகவே, ரத்தத்தில் சர்க்கரையை 50 மி.கி. சதவீதம் குறைவான அளவில் அதிகமாக்கும் பானங்கள் பருகலாம்.

உணவு வகைகள்

- 100 கிராம் கீரைத்தண்டு, வாழைத்தண்டு சாப்பிட்டால் 10 மி.கி. சதவீதம் வரை அதிகமாகலாம்.
- 100 கிராம் காய்கறிகள் (வாழைக்காய் தவிர) 20-30 மி.கி. சதவீதம் வரை அதிகமாகலாம்.

- *100 கிராம் பயறு மற்றும் பருப்பு* (Dhall and Gram) *சாப்பிட்டால் 30-40 மி.கி. சதவீதம் வரை அதிகமாகலாம்.*
- *100 கிராம் கேழ்வரகு (அ) கோதுமை வகை சாப்பிட்டால் 50-55 மி.கி. சதவீதம் வரை அதிகமாகலாம்.*
- *100 கிராம் அரிசி சாப்பிட்டால் 55-60 மி.கி. சதவீதம் வரை அதிகமாகலாம்.*
- *100 கிராம் கம்பு சாப்பிட்டால் 60-70 மி.கி. சதவீதம் வரை அதிகமாகலாம்.*
- *100 கிராம் உருளைக்கிழங்கு, வள்ளிக்கிழங்கு முதலிய வற்றை சாப்பிட்டால் 100-150 மி.கி. சதவீதம் வரை அதிகமாகலாம்.*
- *100 கிராம் இனிப்பு வகைகள் சாப்பிட்டால் 150-250 மி.லி. சதவீதம் வரை அதிகமாகலாம்.*

ஆகவே, *10 மி.கி. முதல் 20 மி.கி. வரை அதிகமாக்கும்* உணவு வகைகளை நிறைய சாப்பிடவும். *30-60 மி.கி. வரை அதிக* மாகும் உணவுகளை திட்டமாக சாப்பிடலாம். *60 மி.கி.க்கு* மேல் ரத்தத்தில் *சர்க்கரையை அதிகமாக்கும்* உணவு வகை களைத் தவிர்த்துவிடவும். *150 மி.கி.க்கு* மேல் *அதிகமாகும்* உணவு வகைகளை சாப்பிடுவதால் ரத்தத்தில் சர்க்கரை கட்டுப்பாட்டுக்குள் வராது. மேலும், சர்க்கரை நோய் நாளுக்கு நாள் மோசமடையும்.

பழவகைகள்

- *100 கி தக்காளி (அ) எலுமிச்சை 20-30 மி.கி. சதவீதம் வரை ரத்தத்தில் சர்க்கரையை அதிகரிக்கும்.*
- *100 கிராம் வெள்ளரி (அ) கிர்னி (அ) பப்பாளி 30-40 மி.கி. சதவீதம் ரத்தத்தில் சர்க்கரையை அதிகரிக்கும்.*
- *100 கிராம் கொய்யா (அ) ஆப்பிள் (அ) சாத்துக்குடி (அ) கமலா (அ) ஆரஞ்சு முதலியன 40-60 மி.கி. அதிகரிக்கும்.*
- *100 கிராம் மா (அ) பலா (அ) வாழை 100-150 மி.கி. சதவீதம் அதிகரிக்கும்.*
- *100 கிராம் பேரிச்சை (அ) திராட்சை (விதையில்லாதது) சாப்பிட்டால் 150-250 மி.கி. சதவீதம் அதிகரிக்கும்.*

ஆகவே, சர்க்கரையை ரத்தத்தில் 60 மி.கி. சதவீதத்துக்கு குறைவாக அதிகரிக்கும் பழவகைகளை மட்டும் சாப் பிடவும். மற்றவைகளை சாப்பிட்டால் இந்நோய் கட்டுப் பாட்டுக்குள் வராது.

உணவு முறையும், உடற்பயிற்சியும் ரத்தத்தில் சர்க்கரையை இயற்கையான முறையில் கட்டுப்பாட்டில் வைத்திருக்க உதவுகின்றன.

பிற்சேர்க்கை - 3

பிற நோய்களின்போது

சளி, இன்ஃபுளூயன்சா காய்ச்சல் போன்ற உபரி உபாதைகள் ஏற்படும்போது பலகாரணங்களால் ரத்தத்தில் சர்க்கரையின் அளவு கூடுதலாகும் அல்லது குறையவும் செய்யும். இதனால் ஏற்படக்கூடிய பிரச்னைகளைத் தவிர்க்க, நோயுறும்போது சில விசேஷ விதிமுறைகளைக் கையாள வேண்டும். நீரிழிவுக் கான அன்றாடச் சிகிச்சை முறைகளில் சில மாறுதல்கள் செய்யும்படி இருக்கும்.

ஆனால், கீழ்க்கண்ட விதிமுறைகளைப் பின்பற்றினால் நோய் வாய்ப்படும்போது நீரிழிவுப் பாதிப்பைக் கட்டுப்பாட்டில் வைக்க இயலும்:

1. நீரிழிவுக்காக மாத்திரைகள் மட்டுமே சாப்பிடும் வழக்கம் உள்ளவர்கள் நோயுறும் சமயத்தில் இன்சுலின் ஊசி போட்டுக் கொள்ளும் அவசியம் ஏற்படலாம்.

இன்சுலின் ஊசி போட்டுக்கொள்ளும் வழக்கம் உள்ளவர்கள் இன்சுலின் அளவை மாற்றிக்கொள்ள வேண்டியிருக்கலாம். எனவே, மருத்துவரைக் கலந்து ஆலோசனை பெற வேண்டும்.

குறிப்பு: நோய் வரும்போது, உங்களால் சாப்பிட முடியா விட்டாலும்கூட, உடல் சர்க்கரையை உற்பத்தி செய்கிறது. இதன் காரணமாக இன்சுலின் தேவைப்படும். நோய் கண்ட நிலையில் உங்களுக்கு இன்சுலினின் தேவை வழக்கத்தை விடக் கூடுதலாகவோ குறைவாகவோ இருக்கும். எனவே,

நீங்கள் முன்கூட்டியே மருத்துவரின் ஆலோசனையைக் கேட்டறிந்திராவிட்டால், நோய் கண்ட சமயத்தில் நீங்களாகவே இன்சுலின் அளவை மாற்றக் கூடாது. மருத்துவரை அணுகி அவரது ஆலோசனையைப் பெறவேண்டியது அவசியம்.

2. ஒரு மணிக்கு ஒரு முறையேனும் திரவ பதார்த்தங்களைப் பருகுங்கள்.

குறிப்பு: வாந்தி, தலை சுற்றல், வயிற்றுப்போக்கு, காய்ச்சல் இவை இருக்கும்போது உடலில் உள்ள திரவப் பொருள் மிகுதியாக வெளியேறிவிடும். அதோடு முக்கியமான எலெக்ட்ரோலைட்ஸ், சோடியம், பொட்டாசியம் முதலிய உப்புச் சத்துக்களும் வெளியேறிவிடுகின்றன. இந்த இழப்பை ஈடுகட்ட வேண்டியது அவசியம். ஆகவே, 10-15 நிமிடங்களுக்கொரு முறை சூப், ஆரஞ்சுப் பழரசம் போன்ற பானங்களைப் பருகிய வண்ணம் இருக்க வேண்டும்.

3. விதிக்கப்பட்ட உணவு முறையைப் பின்பற்ற முடியாவிட்டால் மாவுச்சத்துள்ள (Starches) பொருள்களுக்குப் பதிலாக, எளிதில் ஜீரணமாகக் கூடிய இனிப்பு பானங்களை அருந்தவும் (சூப், சர்பத், பழரசங்கள், கஞ்சி முதலியவை)

எப்போது டாக்டரை அணுகவேண்டும்?

1. உட்கொண்ட உணவு வாந்தி அல்லது பேதி காரணமாக உடலில் தங்காவிட்டால்.

2. ரத்தத்தில் சர்க்கரையின் அளவும் சிறுநீரில் கீடோன்களின் அளவும் கூடுதலாக இருந்தால்.

3. உடல் நோய் 24 மணி நேரத்துக்கு மேல் நீடித்தால்.

உங்கள் மருத்துவரின் பெயர், முகவரி, தொலைபேசி எண் - இவற்றை எளிதில் பார்க்கும்படியாகக் குறித்து வைக்கவும்.

பிற்சேர்க்கை - 4

குழந்தைகளுக்கான பயிற்சிகள்

பெற்றோர்கள் தம் குழந்தைகளுக்கு விளையாட்டில் ஆர்வத்தையும் ஊக்கத்தையும் வளர்க்க வேண்டும். விளையாட்டோடு வேறு பல நல்ல விஷயங்களையும் கவனிக்கச் செய்ய வேண்டும். தனி மனித வாழ்க்கையானாலும், பலர் சேர்ந்து வாழும் சமுதாயமாக இருந்தாலும் ஆரோக்கியமானவர்களாலேயே சாதனைகள் புரியமுடியும் என்பது நாம் அறிந்த விஷயம்தான் என்றாலும் பேச்சில் காட்டும் தீவிரத்தை செயலில் காட்டுவதில்லை. எனவே, குழந்தைகளைக் காக்கும் சில பயிற்சிகளை இனியாவது இங்கே தெரிந்துகொள்வோம்.

- குழந்தைகளை குறைந்த நேரமே டி.வி. பார்க்க அனுமதிக்க வேண்டும். அவர்களுக்கு எந்த நிகழ்ச்சி அவசியமானது என்பதை பெற்றோர்கள் தெரிந்து வைத்துக்கொண்டு, அதை மட்டுமே பார்க்க அனுமதிக்க வேண்டும்.
- படிப்பை மட்டுமே எந்த நேரமும் அவர்களிடம் திணிக்காமல், சிறிது நேரம் விளையாடவும் அனுமதிப்பது அவசியமாகும்.
- உணவுக்கு இடையே அல்லது உணவு உண்பதற்கு சிறிது நேரத்துக்கு முன், கிடைத்ததை சாப்பிடும் பழக்கத்தை கைவிட வேண்டும்.
- நீச்சல், சைக்கிள் ஓட்டுதல் போன்றவை சிறந்த உடற் பயிற்சியாகும். பள்ளியில் விளையாடும் விளையாட்டு களில் ஏதாவது ஒன்றைத் தேர்ந்தெடுத்து விளையாடலாம்.

- சிறு வயதில் மட்டுமில்லாமல் வளர்ந்த பிறகும் தொடர்ந்து பயிற்சி செய்தால்தான் எடை கூடாமல் இருக்கும்.
- உடல் எடையை கூட்டக்கூடிய பொருள்களை ஆரம்பத்திலேயே குறைத்துக்கொள்வது நல்லது.
- காய்கறிகளை உணவில் சேர்த்துக்கொள்ளச் செய்தல் வேண்டும்.
- குழந்தைகளுக்கு டென்ஷன் என்பது என்னவென்று தெரியாதவாறு நிதானமாக நடந்துகொள்ளப் பழக்குவது அவர்களின் எதிர்காலத்துக்குப் பயன்தரும்.
- குழந்தைகளை அன்புடனும் நட்புடனும் பழக கற்றுக்கொடுக்க வேண்டும்.
- தேவையற்ற பொருள் சேர்ப்பு மற்றும் வீண் ஆசைகளை மனத்தில் வளர்க்காமல் பார்த்துக்கொள்ள வேண்டும்.
- வாழ்க்கையின் எதார்த்தங்களைப் புரியவைக்க வேண்டும்.
- போதும் என்ற மனநிலையைப் பெறவும், மன உளைச் சலைக் குறைக்கவும், மனத்தெளிவு பெறவும் இசை, நடனம், நண்பர்களுடன் அளவளாவுதல் மற்றும் உயர் வான உலக விஷயங்களைக் கேட்டறிதலுக்கான ஆர்வத்தை ஊக்கப்படுத்த வேண்டும்.
- விளையாட்டுடன் ஆழ்நிலை தியானம், யோகாசனம் ஆகியவற்றில் பயிற்சி அளித்தலும் நல்ல பயன் தரும்.
- குழந்தைகளின் இயல்பான வளர்ச்சியைப் பேணுதல் மற்றும் இயல்பான எடையைக் கண்காணித்து நிலை நிறுத்துதல்.
- தற்சார்புடைமை, சுயபாதுகாப்பு ஆகியவற்றை ஊக்கப் படுத்தி, உளவியல் சிக்கல்களைக் களைய வேண்டும்.

பரம்பரை சர்க்கரைநோய் பாதிப்பு உள்ள பெற்றோர்கள் இந்த அறிவுரையைக் கட்டாயமாகப் பின்பற்றினால் வாரிசுகளுக்கு நல்லது. வழிவழியாக இதைத் தொடர்ந்தால் எதிர்காலத்தில் இந்தக் கொடுமையான சர்க்கரை நோய் உங்கள் பரம்பரையை அண்டாது.

பிற்சேர்க்கை - 5

நீரிழிவுக்குச் சோதனை - சில வழிகாட்டுதல்கள்

1. தினந்தோறும் சிறுநீரில் சர்க்கரை உள்ளதா என்பதை (வீட்டில்) சோதனை செய்துகொள்ளுங்கள். அவசிய மானால் இரு முறைகளும் செய்துகொள்ளலாம்.

2. மாதம் ஒருமுறை ரத்தத்தில் சர்க்கரை அளவை சோதித்துக் கொள்ளுங்கள்.

    - மாதம் ஒருமுறையாவது இந்தச் சோதனையைச் செய்து பார்த்துக்கொள்ளுங்கள். ரத்தத்துக்கு எந்த சாம்பிளை எடுத்துச் சோதனை செய்வது என்பதை மருத்துவரிடம் கேட்டுக்கொள்ளுங்கள்.
    - டைப்-2 நோயாளிகள் உணவு அருந்தி ஒன்றரை மணி நேரத்துக்குப் பின் சோதனை செய்துகொள்வது நல்லது.
    - டைப்-1 நோயாளிகள் சாப்பிடுவதற்கு முன் பட்டினி யாக இருக்கும்போது சோதனை செய்து கொள்ளுவது நல்லது.

3. மூன்று மாதங்களுக்கு ஒரு முறை

    - கிளைகோஸைலேடட் ஹீமோகுளோபின்
    - சிறுநீரில் அல்புமின்
    - ஃப்ரக்டோஸ்ஸமைன்

4. ஆண்டுக்கு ஒருமுறை

- கண் சோதனை
- சிறுநீரகம் இயங்குவது பற்றிய சோதனை
- கால்களில் சோதனை
- மார்புப் பகுதியில் எக்ஸ்-ரே
- லிபிட் புரோஃபைல் (கொலஸ்ட்ரால் மற்றும் ட்ரைகிளிசரைட்ஸ்)
- டாப்ளர்
- பிற சிறப்பு சோதனைகள் (குறிப்பிடப்பட்டால்)
- பையோ தேசியோ மெட்ரி

நீரிழிவுக் கட்டுப்பாட்டில் உள்ளதை மதிப்பிடுவது எப்படி?

நீரிழிவுப் பாதிப்பு என்பது உடம்பில் ரத்தத்தில் குளுகோஸ் அளவு அதிகமாக இருக்கும் தன்மையாகும். இது வாழ்நாள் முழுவதும் இருக்கக்கூடியது. ஆகையால் இதை அளவுக்கு உட்படுத்தி வைக்க, அவ்வப்போது சோதனை செய்து மதிப்பீடு செய்துகொள்ள வேண்டும். சாதாரணமாக இந்தக் கட்டுப்பாட்டை, குளுக்கோஸ் அளவைக் கொண்டு மதிப்பீடு செய்வதும் வழக்கம். கொழுப்பு, புரதம் ஆகியவை உடம்பில் உள்ள அளவைச் சோதனை செய்வதும் அளவு குறைவதையும் மதிப்பிடுவதையும் ஆராய்ச்சி வழிகளைச் சார்ந்தது. ஆகையால் அவ்வழிகளில் கண்காணிப்பது சிரமமானது.

சிறுநீரில் குளுக்கோஸ் அளவைக் கண்காணித்தல்

நாம் கழிக்கும் சிறுநீரில் உள்ள குளுக்கோஸ் அளவைக் கண்காணிப்பது, வீட்டிலேயே செய்யக்கூடிய எளிய சோதனையாகும். பல ஆண்டுகளாக இது தொடர்ந்து செய்யப்பட்டு வருகிறது. எளிமையானதானாலும் சில குறைபாடுகள் உண்டு. சிறுநீரில் உள்ள சர்க்கரையின் அளவையும் ரத்தத்தில் உள்ள சர்க்கரையின் அளவையும் இணைப்படுத்தி ஒப்பிடுவது சரியாக அமைவதில்லை. ஒரு நோயாளியில் இருந்து மற்றவருக்குக் கணையம் ஏற்கக்கூடிய குளுக்கோஸ்

அளவு வேறுபடும். கர்ப்பம் போன்ற நிலையில் ரத்தச் சர்க்கரை அளவு குறைவாக இருக்கும். சிறுநீர் சர்க்கரை அளவை வைத்து அதை மதிப்பிட முடியாது. இவ்வாறு குறைபாடுகள் இருந்தாலும் ஓர் அடையாள சோதனையாக வாவது தினந்தோறும் சிறுநீரைச் சோதனை செய்துபார்ப்பது, எந்த சோதனையையும் செய்துகொள்ளாமல் விட்டுவிடு வதைவிட மேலானது ஆகும்.

சிறுநீரைச் சோதிக்கும் முறை

சிறுநீரைச் சோதனை செய்து பார்ப்பதில் பல முறைகள் உண்டு. நம் நாட்டில் நடைமுறையில் இருப்பவை இரண்டு.

1. பெனடிக்ட் சோதனை

2. என்ஸைமாடிக் சோதனை

பெனடிக்ட் சோதனை

தேவைப்படும் பொருள்கள்

- பெனடிக்ட் கரைசல்
- சோதனைக் குழாய்கள்
- சோதனைக் குழாய் தாங்கி
- ட்ரிப்பர் *(அல்லது மசிபில்டர்)*
- ஸ்பிரிட் *(டி-நேசர்ட்)*
- ஸ்பிரிட் விளக்கு

செய்முறை

சுமார் 5 மி.லி. *(1 அங்குலம்)* பெனடிக்ட் கரைசலை எடுத்துக்கொண்டு ஸ்பிரிட் விளக்கில் காய்ச்சவும். அதில் ட்ராப்பர் மூலம் எட்டுசொட்டுச் சிறுநீர் விடவும் கொதிக்க வைத்து ஆறு வையுங்கள். பிறகு நிறத்தைச் சரிபாருங்கள்.

முடிவுகள் (இவ்வாறு பதிவு செய்யப்பட வேண்டும்):

நீலம் - ஒன்றுமில்லை

பச்சை - ஒரு ப்ளஸ்

மஞ்சள் - இரண்டு ப்ளஸ்

ஆரஞ்சு - மூன்று ப்ளஸ்

சிவப்பு - நான்கு ப்ளஸ்

என்ஸைமாடிக் சோதனை

டிப்ஸ்டிக் ஒன்றைக் கொண்டு செய்யக்கூடிய எளிய சோதனை. ஏதாவது ஒருவகை டையாஸ்டிக்ஸ் (மைல்ஸ் கின்திலா) அல்லது குளுகோடெஸ்ட் (பொஹ்ரீஸ்கர் - மனீஹிம்) போன்ற ஏதாவது ஒரு வகையை உபயோகிக் கலாம். இந்த ஸ்ட்ரிப்பை சிறுநீரில் தோய்த்து உடனே வெளியே எடுங்கள்.

நிறமாறுதல் முப்பது விநாடிகளில் ஏற்படும். (டையாஸ் டிக்ஸ்) ஒரு நிமிடம் (குளுகோடெஸ்ட்) முடிவுகளை இவ்வாறு பதிவு செய்யவும்.

நீலம் - ஒன்றுமில்லை

பச்சை - லேசான சாயல்

மஞ்சள் - ஒரு ப்ளஸ்

ஆரஞ்சு - இரண்டு ப்ளஸ்

சிவப்பு - மூன்று ப்ளஸ்

வீட்டில் குளுக்கோஸ் அளவைக் கண்காணிப்பது பற்றி

ரத்தத்தில் சர்க்கரை (குளுக்கோஸ்) அளவை மதிப்பிடுதல் சிறுநீரில் சர்க்கரை அளவை மதிப்பீடு செய்வதைவிட மேலும் நம்பிக்கைக்கு உரியதாகும். நம்பிக்கையான ஒரு சோதனைச் சாலையில் இதை மாதம் ஒருமுறையாவது செய்துகொள்ள வேண்டியது அவசியம் என்று சிபாரிசு செய்கிறோம். இன்று மேலை நாடுகளில் இதற்குரிய கருவிகள் கிடைக்கின்றன. அவற்றைக்கொண்டு வீட்டிலேயே ரத்தச் சர்க்கரை அளவை எளிதில் மதிப்பிடலாம். இளம் பருவத்தில் அல்லது குழந்தைப் பருவத்திலேயே ஏற்படும், கட்டாயமாக தினம் இன்சுலின் இஞ்செக்ஷன் போட்டுக்கொள்ள வேண்டிய நிலையில் பாதிப்பு ஏற்பட்டிருப்பவர்களில் ரத்தச் சர்க்கரை

அளவு பெரிதும் வேறுபடும். அவர்களுக்கு இது மிகவும் உகந்தது. இவ்வாறு குளுக்கோஸ் அளவைக் கண்காணிக்கும் சோதனையை ஓரளவு தவறு ஏதுமின்றிச் செய்துவிடலாம். அதனால், அதற்கேற்ப மருந்தின் அளவைக் கூட்டியோ குறைத்தோ பயன்படுத்துவதும் எளிது. இவ்வாறு சமநிலை யான சர்க்கரை அளவை எட்டி பாதுகாத்துக் கொள்ளலாம். கர்ப்பம் அடைந்த நிலையில் ரத்தச் சர்க்கரை பரிசோதனையே செய்துகொள்வது அவசியம். சிறுநீர் சோதனையின் சர்க்கரை அளவு கண்டுபிடிப்பு, ரத்தச் சர்க்கரை அளவுடன் இணைத்து ஒப்பிட ஏற்றதாக அமையாதபோது இந்தச் சோதனை ஒன்றே நம்பகமானது.

ரத்தத்தில் சர்க்கரை (குளுக்கோஸ்) அளவை மதிப்பிடுதல்:

கிளைகோஸைலேடட் ஹெமக்ளோபின் (எச்.பி.ஏ.)

கிளைசீமிக் கட்டுப்பாட்டை மதிப்பிடுவதில் ‘தவறு ஏதும் விளைய முடியாத ஒரு சோதனை’ என்ற பெயர் இதற்கு உண்டு. எச்.பி.ஏ. அளவு மதிப்பீடு டாக்டர்களுக்கு நீரிழிவு கட்டுப்பாட்டுக்கு உரிய அளவாக விளங்குகிறது. நாளின் எந்த வேளையிலோ, சாப்பாட்டுக்கு முன்போ பின்போ, இதைச் செய்யலாம். எச்.பி.ஏ.1. மதிப்பீடுகள் கால அளவில் - சர்க்கரை அளவை. கடந்த ஆறு முதல் எட்டு வாரங்களுக்குச் சராசரியாகக் காட்டுகிறது. நோயாளிகளிடம் அடிக்கடி சோதனை செய்ய முடியாத நிலையிலும் அவர்கள் அடிக்கடி சோதனைக்கு வராத நிலையிலும் அவர்கள் அடிக்கடி சோதனைக்கு வராத நிலையிலும் எச்.பி.ஏ.1. முடிவுகள் நீரிழிவுக் கட்டுப்பாட்டை மதிப்பிட விரும்பும் டாக்டர் களுக்குப் பெரும் உதவியாக அமைகிறது. எச்.பி.ஏ.1. குறிப் பாகக் கருவுற்ற பெண்களின் நீரிழிவு அளவை மதிப்பிட பெரிதும் உதவுகிறது. ஒரே நாளில் வெவ்வேறு அளவு நிலைகளை எட்டக்கூடிய ‘பிரிட்டில்-டயாபடீஸ்’ உள்ளவர் களுக்கு இது மிகவும் ஏற்றதாகும்.

ஃப்ரக்டோஸமைன்

கிளைகோஸைலேடட் சீரம் புரத அளவை மதிப்பிட அண்மையில் சோதனை முறைகள் உருவாக்கப்பட்டுள்ளன. அல்புமின் போன்ற சீரம்புரதச்சத்து அளவுகள் ஹீமோக்ளோ

பின் அளவுகளைக் காட்டிலும் குறுகிய கால அளவு இயல்பு கொண்டதாகும். அதாவது இரண்டு அல்லது மூன்று வாரங் களுக்கு மிகையாக இருக்க முடியாது. கிளைசிமிக் கட்டுப்பாடு செய்யப்பட வேண்டிய நிலையில், மதிப்பீடு செய்வதற்கு இந்தச் சோதனை மிகப்பொருத்தமானதாகும். ஜெஸ்டேஷனல் டையாபடீஸ் (கர்ப்பநிலையில் தோன்றும் நீரிழிவு) இருக்கும்போது கண்காணிக்கவும் கிளைசிமிக் கட்டுப்பாட்டை அடிக்கடி மதிப்பிடவும் தேவையான நிலையில், இது மிகவும் உபயோகமானதாக அமைகிறது.

பிற்சேர்க்கை - 6

தாழ் சர்க்கரை – உயர்சர்க்கரை ஒப்பீடு

குறையும்போது ஏற்படும் விளைவுகள்

ஹைபோ கிளைசிமியா இன்சுலினால் ஏற்படும் விளைவு.

ஆரம்பம் மிக விரைவானது. *(15 முதல் 60 நிமிடங்களுள்)*

காரணங்கள்

உணவு: சாப்பிடாமல் இருந்துவிடுவது; தாமதமாகச் சாப்பிடுவது; உணவுத் திட்டத்தில் மாறுதல்.

உடற்பயிற்சி: வழக்கத்துக்கு விரோதமானது; முறையாகத் திட்டமிடப்படாமல் செய்வது.

இன்சுலின்: அளவு கூடுதலாகப் போவது.

அறிகுறிகள் தொடக்கத்தில்:

வியர்வை பெருகுவது, நடுக்கம், தலைவலி, பலவீனம், மயக்க நிலை, பசி.

பின்னர்:

உதடுகள் அல்லது நாக்கு உணர்ச்சி இழப்பது, எதிலும் ஆழ்ந்த மனத்தைச் செலுத்த முடியாமை, மனநிலை மாற்றம், மன எரிச்சல், கண் பார்வையில் மாற்றங்கள், சருமம் வெளுத்துப் போவது.

விளைவுகள்

நினைவிழப்பு, புலன்களின் உணர்வு இழந்த நிலை (கோமா)

சிகிச்சை

- வேகமாகச் செயல்படும் சர்க்கரைச் சத்து உடனயாக உட்கொள்ள வேண்டியது.
- அரை கோப்பை இனிப்பு பானம் அல்லது பழரசம் அல்லது சோடா,
- உயிர் காக்கும் மாத்திரைகள் 6 அல்லது 2 கற்கண்டுக் கட்டிகள்
- 2 சர்க்கரை வில்லைகள் (Cubes) அல்லது 2 ஸ்பூன் தேன்.

தற்காப்பு நடவடிக்கைகள்

- நாள்தோறும் குறித்த நேரத்தில் உண்ணவும். ஒருவேளை உணவைக்கூட ஒதுக்கிவிடக் கூடாது.
- தாமதமாக ஒருவேளை உணவு புசித்தால் - பிடித்தமான ஒரு பழம் சாப்பிடவும் (இது ஒரு மணி தாமதமாக உண்டால்)பலமணிகள் தாமதமாக விட்டால்
- இன்சுலின் அல்லது மாத்திரைகள் அளவோடு எடுத்துக் கொள்ள வேண்டும்.
- வெளியே செல்லும் பொழுது நீங்கள் நீரிழிவு நோயாளி என்பதற்கான அடையாள அட்டை எடுத்துச் செல்லவும். உங்களுடைய மருந்துகள், இன்சுலின் அளவு பற்றிய குறிப்பும் எடுத்துச் செல்லவும்.
- ரத்தத்தில் சர்க்கரை அளவு குறைவதற்கான காரணங்களை அறிந்துகொள்ளவும்.
- எப்போதும் ரத்தத்தின் சர்க்கரை அளவைச் சோதித்துக் கொள்ளத் தவற வேண்டாம். சிற்றுண்டிகளைத் திட்ட மிட்டு தேவைக்கேற்ப உட்கொள்ள வேண்டும். குறிப்பாக, உங்கள் அலுவல்கள் கூடுதலாகும் என்றால் அதற்கு முன்னரே இதைச் செய்யவும். சாப்பிட்ட 2-3 மணி நேர அவகாசத்துக்குப் பிறகு வாகனங்களை ஓட்டுவதானா லும் இந்த முன்னெச்சரிக்கை நடவடிக்கை தேவை.

- நீங்கள் எடுத்துக் கொள்ளும் இன்சுலினின் இயக்கம் எப்போது உச்சகட்டத்தை எய்துகிறது என்று அறிந்து கொள்ளவும். இந்தக் கட்டத்தில்தான் ரத்தத்தில் சர்க்கரை அளவு மிகக் குறைவாக இருக்கும்.
- எப்போதும் உயிர்காக்கும் பொருள்களை (விரைந்து செயல்படும் சர்க்கரை வகையை) உடன் எடுத்துச் செல்லவும்.
- ஹைபோ கிளைசிமியாவின் அறிகுறிகளையும் அதற்கான சிகிச்சை முறைகளையும் உங்கள் நண்பர்கள், உறவினர்களுக்குச் சொல்லிவையுங்கள்.

கூடுதலானால் ஏற்படும் விளைவுகள்

ஹைப்பர் கிளைசிமியா நீரிழிவு கீடோ அஸிடோஸிஸ்.

ஆரம்பம்: மெல்ல, நிதானமாக நிகழ்வது (நாள்கள் அல்லது வாரங்கள்)

காரணங்கள்

உணவு : அளவுக்கு மீறி உண்பது

அழுத்தம் : மன அழுத்தம், உடல் அளவிலான அழுத்தம் நோய், கிருமிகள் தொற்றுவதால் ஏற்படும் வியாதிகள், ரணசிகிச்சை, விபத்து, கர்ப்பம்

இன்சுலின் : தேவையான அளவுக்குக் குறைந்து போவது

அறிகுறிகள்

தொடக்க நிலையில்:

மிகுந்த தாகம், அடிக்கடி சிறுநீர் கழிப்பது, உடற்சோர்வு, பலவீனம்.

பின்னர்:

வயிற்றுவலி, உடல்வலி, குமட்டல், வாந்தி, பசியின்மை, சருமம் உலர்ந்து போவது.

விளைவுகள்

துரிதமாகவும், சிரமப்பட்டும் மூச்சு விடுவது மூச்சுக் காற்றில் பழங்களுக்கே உரித்தான நாற்றம் தலைசுற்றல், மயக்கம் புலன்கள் உணர்ச்சியற்றுப் போவது.

சிகிச்சை

- தொடக்க நிலை அறிகுறிகளுக்கு: காரணத்தை ஆராய்ந்து திட்டப்படி உணவு ஏற்பது, இன்சுலின் அளவை மாற்ற வேண்டுமா என்பதை மருத்துவரிடம் கேட்டறிதல்.
- ரத்தம் மற்றும் சிறுநீர் இரண்டுமே கீடோன் (Ketones)கள் சார்பான சோதனைக்கு உடனடியாக ஏற்பாடு செய்தல்.
- ரத்தத்தில் சர்க்கரையின் அளவு 300 mg/dl. அளவுக்குக் கூடுதலாக இருந்தாலும் சிறுநீரில் கீடோன்கள் மித மாகவோ கூடுதலாகவோ இருந்தாலும் உடனே மருத்து வரை அணுகவும்.

தற்காப்பு நடவடிக்கைகள்

1. உணவுக் கட்டுப்பாட்டு நியமத்தை அனுசரிக்கவும்.
2. ரத்தத்தில் சர்க்கரையின் அளவு கூடுதலாவதற்கான அடிப்படைக் காரணங்களை அறிந்து நிலைமை சீர்கெடா மல் இருப்பதற்கான நடவடிக்கைகளை மேற்கொள்ள வேண்டும்.
3. குறிப்பிட்ட நேரத்தில், அளவாக இன்சுலினோ, மாத் திரைகளோ எடுத்துக்கொள்ள வேண்டும்.
4. நீங்கள் நீரிழிவு நோயாளி என்பதற்கான அடையாளச் சின்னத்தை வெளியே தெரியும்படி வைத்துக்கொள்ள வேண்டும்.

நோய்வாய்ப்படும்போது...

வழக்கமாகச் சாப்பிடும் மருந்தை சாப்பிடாமல் நிறுத்தக் கூடாது. இன்சுலின் ஊசியையும் போட்டுக்கொண்டே ஆகவேண்டும். நோய் வாய்ப்படும் நிலையில், மருந்துகள்

அல்லது இன்சுலின் அளவை மாற்றிக்கொள்ள வேண்டுமா என்பதை மருத்துவரிடம் கேட்டு ஆலோசனை பெறவும்.

4-6 மணி இடைவெளியில் ரத்தத்திலுள்ள சர்க்கரையின் அளவு, சிறுநீரிலுள்ள கீடோனின் அளவு இவற்றைச் சோதித்துக்கொள்ள வேண்டும். ரத்தத்தில் சர்க்கரை அளவு 300 mgs/dl. க்குக் கூடினாலோ, சிறுநீரில் கீடோன் அளவு கூடினாலோ, உடனே மருத்துவரை அணுகவும்.

அட்டவணை - 1

கார்போஹைட்ரேட்டுகளின் வகைகள் மற்றும்
உணவுப் பொருள்கள்

கார்போஹைட்ரேட்	உணவுப் பொருள்கள்
ஒற்றைச் சர்க்கரைகள்	
குளுக்கோஸ்	பழங்கள், தேன், சோள சிரப்.
பிரக்டோஸ்	பழங்கள், தேன்.
காலக்டோஸ், மால்டோஸ்	இவை உணவில் தனித்த நிலையில் இருப்பதில்லை.
இரட்டைச் சர்க்கரைகள்	
சுக்ரோஸ்	சர்க்கரை (கரும்பு, பீட்ரூட்)
லாக்டோஸ்	பால் மற்றும் பால் பொருள்கள்
மால்டோஸ்	முளைகட்டியவை மற்றும் தானியங்கள்
கூட்டுச் சர்க்கரைகள்	
1. உடலால் செரிக்கக் கூடியவை	
ஸ்டார்ச் (Starch) மற்றும் டெக்ஸ்டிரின் (Dextrin)	தினைகள், காய்கறிகள், முக்கியமாக வேர்கிழங்குகள் மற்றும் பயறு வகைகள்.
கிளைகோஜன்	மாமிசப் பொருள்கள் மற்றும் கடல் உணவுகள்
2. உடலால் செரிக்க இயலாதவை	
செல்லுலோஸ்	காய்கறிகளின் தண்டுகள் மற்றும் இலைகள் விதைகளின் மேலுறை
பெக்டின்கள் மற்றும் பசைகள் (Gums)	பழங்கள் மற்றும் விதைகள்

அட்டவணை-2

அன்றாடம் பயன்படுத்தும் உணவுப் பொருள்களில் உள்ள சத்துகளின் அளவு
(அனைத்து பொருள்களும் 100 கிராம் அளவில்)

	புரதம் (கி)	கொழுப்பு (கி)	தாது உப்புகள் (கி)	நார்ச்சத்து (கி)	கார்போஹைட்ரேட் (கி)	சக்தி (கி.கலோரி)	கால்சியம் (மி.கி)	பாஸ்பரஸ் (மி.கி)	இரும்பு (மி.கி)
கம்பு	11.6	5.0	2.3	1.2	67.5	361	42	296	8.0
பார்லி	11.5	1.3	1.2	3.9	69.6	336	26	215	1.67
தினை	12.3	4.3	3.3	8.0	60.9	331	31	290	2.8
சோளம்	10.4	1.9	1.6	1.6	72.6	349	25	222	4.1
மக்காச்சோளம் (உலர்ந்தது)	11.1	3.6	1.5	2.7	66.2	342	10	348	2.3
மக்காச்சோளம் (இளசு)	4.7	0.9	0.8	1.9	24.6	125	9	121	1.1

கேழ்வரகு	7.3	1.3	2.7	3.6	72.0	328	344	283	3.9
புழுங்கல் அரிசி (கைக்குத்தல்)	8.5	0.6	0.9	-	77.4	349	10	280	2.8
புழுங்கல் அரிசி	6.4	0.4	0.7	0.2	79.0	348	9	143	1.0
பச்சரிசி (கைக்குத்தல்)	7.5	1.0	0.9	0.6	76.7	346	10	190	3.2
பச்சரிசி	6.8	0.5	0.6	0.2	78.2	345	10	160	0.7
அவல்	6.6	1.2	2.0	0.7	77.3	346	20	238	20.0
பொரி	7.5	0.1	3.8	0.3	73.6	325	23	150	6.6
சாமை	7.7	4.7	1.5	7.6	67.0	341	17	220	9.3
வரகு	8.3	1.4	2.6	9.0	65.9	309	27	188	0.5
கோதுமை	8.2	1.6	1.5	1.7	77.2	356	37	298	4.9
கோதுமை மாவு	12.1	1.7	2.7	1.9	69.4	341	48	355	4.9
மைதா மாவு	11.0	0.9	0.6	0.3	73.9	348	23	121	2.7

கோதுமை முளை	29.2	7.4	3.5	1.4	53.3	397	40	846	6.0
ரவா	10.4	0.8	-	0.2	74.8	348	16	102	1.6
சேமியா	8.7	0.4	0.7	0.2	78.3	352	22	92	2.0
கோதுமை பிரெட் (பிரவுன்)	8.8	1.4	-	1.2	49.0	244	18	-	2.2
கோதுமை பிரெட் (வெள்ளை)	7.8	0.7	-	0.2	51.9	245	11	-	1.1
பருப்பு மற்றும் பயறு வகைகள்									
கடலைப்பருப்பு	20.8	5.6	2.7	1.2	59.8	372	56	331	5.3
பொட்டுக்கடலை	22.5	5.2	2.5	1.0	58.1	369	58	340	9.5
உளுத்தம்பருப்பு	24.0	1.4	3.2	0.9	59.6	347	154	385	3.8
காராமணி	24.1	1.0	3.2	3.8	54.5	323	77	414	8.6
மொச்சை	24.9	0.8	3.2	1.4	60.1	347	60	433	2.7
பாசிப்பயிறு	24.0	1.3	3.5	4.1	56.7	334	124	326	4.4
பயத்தம்பருப்பு	24.5	1.2	3.5	0.8	59.9	348	75	405	3.9

கொள்ளு	22.0	0.5	3.2	5.3	57.2	321	287	311	6.77
கேசரி பருப்பு	28.2	0.6	2.3	2.3	56.6	345	90	317	6.3
மைசூர் பருப்பு	25.1	0.7	2.1	0.7	59.0	343	69	293	7.58
பீன்ஸ்	23.6	1.1	3.5	4.5	56.5	330	202	230	9.5
பச்சைப்பட்டாணி	7.2	0.1	0.8	4.0	15.9	93	20	139	1.5
உலர் பட்டாணி	19.7	1.1	2.2	4.5	56.5	315	75	298	7.05
வறுத்த பட்டாணி	22.9	1.4	2.4	4.4	58.8	340	81	345	6.4
பிரெஞ்ச் பீன்ஸ்	22.9	1.3	3.2	4.8	60.6	346	260	410	5.1
துவரம்பருப்பு	22.3	1.7	3.5	1.5	57.6	335	73	304	2.7
சோயாபீன்ஸ்	43.2	19.5	4.6	3.7	20.9	432	240	690	10.4
கீரை மற்றும் காய்கறிகள்									
அகத்திக்கீரை	8.4	1.4	3.1	2.2	11.8	93	1130	80	3.9
புங்கைக்கீரை	3.0	0.7	3.3	1.0	2.0	26	200	40	-

தண்டுக்கீரை	4.0	0.5	2.7	1.0	6.1	45	397	83	3.49
கீரைத்தண்டு	0.9	0.1	1.8	1.2	3.5	19	260	30	1.8
ராஜகீரை	5.9	1.0	3.8	2.1	8.6	67	530	60	18.4
சிறுகீரை	2.8	0.3	2.1	-	4.8	33	251	55	27.3
முளைக்கீரை	3.0	0.3	3.6	1.1	7.0	43	800	50	22.9
அரைக்கீரை	2.8	0.4	2.4	-	7.4	44	364	52	38.5
குப்பைக்கீரை	5.2	0.3	2.8	6.1	3.8	38	330	52	18.7
வெற்றிலை	3.1	0.8	2.3	2.3	6.1	44	230	40	10.6
முட்டைக்கோஸ்	1.8	0.1	0.6	1.0	4.6	27	39	44	0.8
கோட்கீரை	5.1	0.5	2.8	1.9	13.1	77	340	110	8.8
கொத்துமல்லி கீரை	3.3	0.6	2.3	1.2	6.3	44	184	71.	1.42
காராமணி இலைகள்	3.4	0.7	1.6	1.2	4.1	38	290	58	20.1
கறிவேப்பிலை	6.1	1.0	4.0	6.4	18.7	108	830	57	0.93

முருங்கைக்கீரை	6.7	1.7	2.3	0.9	12.5	92	440	70	0.85
வெந்தயக்கீரை	4.4	0.9	1.5	1.1	6.0	49	395	51	1.93
புளிச்சக்கீரை	1.7	1.1	0.9	-	9.9	56	172	40	2.28
குப்பைமேனி	6.7	1.4	3.1	2.3	6.0	64	667	99	17.3
மணத்தக்காளி	5.9	1.0	2.1	-	8.9	68	410	70	20.5
புதினா	4.8	0.6	1.9	2.0	5.8	48	200	62	15.6
மொடக்கத்தான்கீரை	4.7	0.6	2.3	-	9.1	61	-	-	-
கடுகு இலை	4.0	0.6	1.6	0.8	3.2	34	155	26	16.3
நெரிஞ்சி இலை	7.2	0.5	4.6	-	8.6	68	1550	82	9.2
பருப்புக்கீரை	2.4	0.6	2.3	1.3	2.9	27	111	45	14.8
பொன்னாங்கன்னி கீரை	5.0	0.7	2.5	2.8	11.6	73	510	60	1.63
பரங்கி இலை	4.6	0.8	2.7	2.1	7.9	57	392	112	-
முள்ளங்கி இலை	3.8	0.4	1.6	1.0	2.4	28	265	59	0.09

பசலைக்கீரை	2.0	0.7	1.7	0.6	2.9	26	73	21	1.14
பசலைக்கீரை	0.9	0.1	1.8	-	3.8	20	90	20	1.6
அரைக்கீரை	3.7	1.4	2.1	1.3	4.6	46	53	91	-
புளி இலை	5.8	2.1	1.5	1.9	18.2	115	101	140	0.30
வேர்களும் கிழங்குகளும்									
பீட்ரூட்	1.7	0.1	0.8	0.9	8.8	43	18.3	55	1.19
கேரட்	0.9	0.2	1.1	1.2	10.6	48	80	530	1.03
சேப்பக்கிழங்கு	3.0	0.1	1.7	1.0	21.1	97	40	140	0.42
பெருவள்ளிக்கிழங்கு	1.3	0.1	0.8	0.1	18.1	79	16	31	0.5
மா இஞ்சி	1.1	0.7	1.4	1.3	10.5	53	25	90	2.6
பெரிய வெங்காயம்	1.2	0.1	0.4	0.6	11.1	50	46.9	50	0.60
சின்ன வெங்காயம்	1.8	0.1	0.6	0.6	12.6	59	40	60	1.2
உருளைக்கிழங்கு	1.6	0.1	0.6	0.4	22.6	97	10	40	0.5

முள்ளங்கி	0.6	0.3	0.9	0.6	6.8	32	50	20	0.37
சர்க்கரைவள்ளிக்கிழங்கு	1.2	0.3	1.0	0.8	28.2	120	46	50	0.21
மரவள்ளிக்கிழங்கு	0.7	0.2	1.0	0.6	38.1	157	50	40	0.9
உலர் மரவள்ளிக்கிழங்கு	1.3	0.3	2.0	1.8	82.6	338	91	70	3.6
டர்னிப்	0.5	0.2	0.6	0.9	6.2	29	30	40	0.4
சேனைக்கிழங்கு	1.2	0.1	0.8	0.8	18.4	79	50	34	0.6
கருணைக்கிழங்கு	1.4	0.1	1.6	1.0	26.0	111	35	20	1.19
இதர காய்கறிகள்									
பூசணிக்காய்	0.4	0.1	0.3	0.8	1.9	10	30	20	0.8
பீன்ஸ்	7.4	1.0	1.6	1.9	29.8	158	50	160	2.6
பாகற்காய் (பெரியது)	1.6	0.2	0.8	0.8	4.2	25	20	70	0.61
பாகற்காய் (சிறியது)	2.1	1.0	1.4	1.7	10.6	60	23	38	2.0
சுரைக்காய்	0.2	0.1	0.5	0.6	2.5	12	20	10	0.46

கத்தரிக்காய்	1.4	0.3	0.3	1.3	4.0	24	18	47	0.38
அவரைக்காய்	4.5	0.1	0.8	2.0	7.2	48	50	64	1.4
காலிஃப்ளவர்	2.6	0.4	1.0	1.2	4.0	30	33	57	1.23
சீமைக் கத்தரிக்காய்	0.7	0.1	0.4	0.6	5.7	27	140	30	0.6
கொத்தவரங்காய்	3.2	0.4	1.4	3.2	10.8	16	130	57	1.08
சேப்பந்தண்டு	0.3	0.3	1.2	0.6	3.6	18	60	20	0.5
வெள்ளரிக்காய்	0.4	0.1	0.3	0.4	2.5	13	10	25	0.60
முருங்கைக்காய்	2.5	0.1	2.0	4.8	3.7	26	30	110	0.18
முருங்கைப் பூ	3.6	0.8	1.3	1.3	7.1	50	51	90	-
குடைமிளகாய்	1.3	0.3	0.7	1.0	4.3	24	10	30	0.567
கலாக்காய்	1.1	2.9	0.6	1.5	2.9	42	21	28	-
கோவைக்காய்	1.2	0.1	0.5	1.6	3.1	18	40	30	0.38
நூல்கோல்	1.1	0.2	0.7	1.5	3.8	21	20	35	1.54

வெண்டைக்காய்	1.9	0.2	0.7	1.2	6.4	35	66	56	0.35
மாங்காய்	0.7	0.1	0.4	1.2	10.1	44	10	19	0.33
வெங்காயத்தண்டு	0.9	0.2	0.8	1.6	8.9	41	50	50	7.43
பப்பாளி காய்	0.7	0.2	0.5	0.9	5.7	27	28	40	0.9
வாழைப்பூ	1.7	0.7	1.3	1.3	5.1	34	32	42	1.6
வாழைக்காய்	1.4	0.2	0.5	0.7	14.0	64	10	29	6.27
வாழைத்தண்டு	0.5	0.1	0.6	0.8	9.7	42	10	10	1.1
பரங்கிக்காய்	1.4	0.1	0.6	0.7	4.6	25	10	30	0.44
பரங்கிப்பூ	2.2	0.8	1.4	0.7	5.8	39	120	60	-
பீர்க்கங்காய்	0.5	0.1	0.3	0.5	3.4	17	18	26	0.39
புடலங்காய்	0.5	0.3	0.5	0.8	3.3	18	26	20	1.51
சுண்டைக்காய்	8.3	1.7	5.1	17.6	55.0	269	390	180	22.2
தக்காளி	1.9	0.1	0.6	0.7	3.6	23	20	36	1.8

சுரைக்காய்	0.5	0.1	0.3	0.8	3.5	17	10	30	0.6
பருப்பு மற்றும் எண்ணெய் வித்துக்கள்									
பாதாம்	20.8	58.9	2.9	1.7	10.5	655	230	490	5.09
அவகோடா	2.5	0.7	1.1	-	32.0	144	20	80	1.2
முந்திரிப்பருப்பு	21.2	46.9	2.4	1.3	22.3	596	50	450	5.81
தேங்காய் (கொப்பரை)	6.8	62.3	1.6	6.6	18.4	662	400	210	7.8
தேங்காய்	4.5	41.6	1.0	3.6	13.0	444	10	240	1.7
இளநீர்	0.9	1.4	0.6	-	6.3	41	10	30	0.9
தேங்காய்ப்பால்	3.4	41.0	0.9	0	11.9	430	15	140	1.6
தேங்காய் நீர்	1.4	0.1	0.3	0	4.4	24	24	10	0.1
எள்	18.3	43.3	5.2	2.9	25.0	563	1450	570	9.3
நிலக்கடலை	25.3	40.1	2.4	3.1	26.1	567	90	350	2.5
வறுத்த நிலக்கடலை	26.2	39.8	2.5	3.1	26.7	570	77	370	3.1

பிஸ்தா பருப்பு	19.8	53.5	2.8	2.1	16.2	626	140	430	7.7
சாரபருப்பு	19.0	59.1	3.0	3.8	12.1	656	279	528	8.5
செந்தூரகம்	13.5	25.6	2.6	34.9	17.9	356	236	823	4.6
வால்நட்	15.6	64.5	1.8	2.6	11.0	687	100	380	2.64
மசாலா மற்றும் வாசனைப்பொருள்கள்									
சோம்பு	13.2	4.7	6.0	5.2	58.4	329	460	325	13.50
பெருங்காயம்	4.0	1.1	7.0	4.1	67.8	297	690	50	39.4
ஏலக்காய்	10.2	2.2	5.4	20.1	42.1	229	130	160	4.6
மிளகாய்	15.9	6.2	6.1	30.2	31.6	246	160	370	2.3
பச்சைமிளகாய்	2.9	0.6	1.0	6.8	3.0	29	30	80	4.4
கிராம்பு	5.2	8.9	5.2	9.5	46.0	286	740	100	11.7
பச்சை கிராம்பு	2.3	5.9	2.2	-	24.1	159	310	40	2.1
கொத்தமல்லி விதை	14.1	16.1	4.4	32.6	21.6	288	630	393	7.1

சீரகம்	18.7	15.0	5.8	12.0	36.6	356	1080	511	11.7
வெந்தயம்	26.2	5.8	3.0	7.2	44.1	333	160	370	6.5
பூண்டு	6.3	0.1	1.0	0.8	29.8	145	30	310	1.2
இஞ்சி	2.3	0.9	1.2	2.4	12.3	67	20	60	3.5
ஜாதிக்காய்	1.0	0.4	0.6	-	11.2	52	40	10	2.0
ஓமம்	17.1	21.8	7.9	21.2	24.6	363	1525	443	12.5
மிளகு	11.5	6.8	4.4	14.9	49.2	304	460	198	12.4
கசகசா	21.7	19.3	9.9	8.0	36.8	408	1584	432	15.9
புளி	3.1	0.1	2.9	5.6	67.4	283	170	110	17.0
மஞ்சள்	6.3	5.1	3.5	2.6	69.4	349	150	282	67.8
பழங்கள்									
நெல்லிக்காய்	0.5	0.1	0.5	3.4	13.7	58	50	20	1.2
ஆப்பிள்	0.2	0.5	0.3	1.0	13.4	59	10	14	0.660

பட்டர் ப்ரூட்	1.7	22.8	1.1	-	0.8	215	10	80	0.7
வாழைப்பழம்	1.2	0.3	0.8	0.4	27.2	116	17	36	0.36
சீதாப்பழம்	1.4	0.2	0.7	5.2	15.7	70	10	10	0.6
முந்திரிப்பழம்	0.2	0.1	0.2	0.9	12.3	51	10	10	0.2
செர்ரி பழம்	1.1	0.5	0.8	0.4	13.8	64	24	25	0.57
பேரிச்சம்பழம் (உலர்)	2.5	0.4	2.1	3.9	75.8	317	120	50	7.3
பேரிச்சம்பழம்	1.2	0.4	1.7	3.7	33.8	144	22	38	0.96
அத்திப்பழம்	1.3	0.2	0.6	2.2	7.6	37	80	30	1.0
திராட்சை (நீலம்)	0.6	0.4	0.9	2.8	13.1	58	20	23	0.5
திராட்சை (வெளிர்பச்சை)	0.5	0.3	0.6	2.9	16.5	71	20	30	0.52
திராட்சை (நீலம்-விதை இல்லாதது)	1.0	0.1	0.4	-	10.0	45	30	30	0.2
திராட்சை (வெளிர்பச்சை-விதை இல்லாதது)	0.7	0.1	0.2	-	7.0	32	20	20	0.2
கொய்யாப்பழம்	0.9	0.3	0.7	5.2	11.2	51	10	28	0.27

மலை கொய்யாப்பழம்	0.1	0.2	0.6	4.8	9.0	38	50	20	1.2
அரை நெல்லி	0.7	0.6	0.5	1.1	5.9	32	6	6	-
பலாப்பழம்	1.9	0.1	0.9	1.1	19.8	88	20	41	0.56
கொடுக்காப்புளி	2.7	0.4	0.7	1.0	16.0	78	14	49	1.0
எலுமிச்சை	1.5	1.0	0.7	1.3	10.9	59	90	20	0.3
சாத்துக்குடி	0.8	0.3	0.7	0.5	9.3	43	40	30	0.7
மாம்பழம்	0.6	0.4	0.4	0.7	16.9	74	14	16	1.3
மங்குஸ்தான்	0.5	0.1	0.2	-	14.3	60	10	20	0.2
முலாம்பழம்	0.3	0.2	0.4	0.4	3.5	17	32	14	1.4
தர்பூசணி	0.2	0.2	0.3	0.2	3.3	16	11	12	7.9
முசுக்கொட்டைபழம்	1.1	0.4	0.6	1.1	10.3	49	70	30	2.3
ஆரஞ்சு	0.7	0.2	0.3	0.3	10.9	48	26	20	0.32
பனை நுங்கு	0.7	0.2	0.7	0.5	20.7	87	9	33	-

இறைச்சி வகைகள்

மாட்டு இறைச்சி	79.2	10.3	1.6	0.5	0.2	410	68	324	18.8
எருமை இறைச்சி	19.4	0.9	1.0	-	-	86	3	189	-
வாத்து இறைச்சி	21.6	4.8	1.2	-	0.1	130	4	235	-
வாத்து முட்டை	13.5	13.7	1.0	-	0.8	181	70	260	2.5
கோழி முட்டை	13.3	13.3	1.0	-	-	173	60	220	2.1
கோழி இறைச்சி	25.9	0.6	1.3	-	-	109	25	245	-
ஆட்டு இறைச்சி (கொழுப்பு அதிகம் இல்லாதது)	21.4	3.6	1.1	-	-	118	12	193	-
ஆட்டு ஈரல்	20.0	3.0	1.3	-	-	107	17	279	-
செம்பறியாடு ஈரல்	19.3	7.5	1.5	-	1.3	150	10	380	6.3
ஆட்டு இறைச்சி	18.5	13.3	1.3	-	-	194	150	150	2.5
புறா இறைச்சி	23.3	4.9	1.4	-	-	137	12	290	-

இளம் நுங்கு	0.6	0.1	0.2	0.3	6.5	29	10	20	0.5
பப்பாளி	0.6	0.1	0.5	0.8	7.2	32	17	13	0.5
பேரிக்காய்	0.6	0.2	0.3	1.0	11.9	52	8	15	0.5
அன்னாசி பழம்	0.4	0.1	0.4	0.5	10.8	46	20	9	2.42
பிளம்ஸ்	0.7	0.5	0.4	0.4	11.1	52	10	12	0.6
மாதுளம்பழம்	1.6	0.1	0.7	5.1	14.5	65	10	70	1.79
பம்ப்ளிமாஸ்	0.6	0.1	0.5	0.6	10.2	44	30	30	0.3
சப்போட்டா	0.7	1.1	0.5	2.6	21.4	98	28	27	1.25
சீதாப்பழம்	1.6	0.4	0.9	3.1	23.5	104	17	47	4.31
ஸ்ட்ராபெர்ரி	0.7	0.2	0.4	1.1	9.8	44	30	30	1.8
தக்காளிப் பழம்	0.9	0.2	0.5	0.8	3.6	20	48	20	0.64
விளாம்பழம்	7.1	3.7	1.9	5.0	18.1	134	130	110	0.48
இலந்தைப்பழம்	0.8	0.3	0.3	-	17.0	74	4	9	0.50

மீன் மற்றும் இதர கடல் உணவுகள்

கெளுத்தி	15.9	1.3	1.2	-	3.5	89	380	180	0.7
மச்சிலி	18.2	4.4	1.4	-	0	112	175	225	-
பாட்டா	14.3	2.5	2.0	-	2.2	89	790	200	1.1
சிங்க்ரி கோபி	60.0	3.2	17.3	-	4.6	287	3847	828	49.6
அம்பட்டன் வால்	18.6	2.3	1.0	-	3.1	108	180	250	3.0
நண்டு (பெரியது)	8.9	1.1	3.2	-	3.3	59	1370	150	21.2
நண்டு (சிறியது)	11.2	9.8	4.6	-	9.1	169	1606	253	-
சோட்டா வாளை	19.0	1.0	2.5	-	3.7	109	590	450	1.7
கட்லா	19.5	2.4	1.5	-	2.9	111	530	235	0.9
சென்னல்	14.8	8.8	2.0	-	4.4	156	410	390	1.4
குரவை	19.4	0.6	2.6	-	3.4	97	610	530	1.3

லாப்ஸ்டர்	20.5	0.9	1.4	-	0	90	16	279	-
கண்ணன்கெளுத்தி	18.9	1.7	1.6	-	0.5	93	429	305	4.5
கறுப்பு வவ்வால்	20.3	2.6	1.1	-	1.5	111	286	306	2.3
இறால்	19.1	1.0	1.7	-	0.8	89	323	278	5.3
கெண்டை மீன்	16.5	9.5	1.5	-	2.3	161	220	120	0.5
சுறா	21.6	0.4	1.2	-	0.8	93	357	262	1.4
வஞ்சிரம்	22.5	4.0	1.5	-	-	126	71	572	5.4
வெள்ளைக் கிழங்கான்	19.2	1.6	3.2	-	0	91	715	741	2.2
மண்டைவாளை	20.9	3.1	1.1	-	13.9	167	98		
சிங்கி இறால்	22.8	0.6	1.7						
விறால்									

பன்றி இறைச்சி	18.7	4.4	1.0	-	-	114	30	200	2.2
பால் மற்றும் பால் பொருள்கள்									
எருமைப்பால்	4.3	6.5	0.8	-	50	117	210	130	0.2
பசும்பால்	3.2	4.1	0.8	-	4.4	67	120	90	0.2
ஆட்டுப்பால்	3.3	4.5	0.8	-	4.6	72	170	120	0.3
தயிர்	3.1	4.0	0.8	-	3.0	60	149	93	0.2
மோர்	0.8	1.1	0.1	-	0.5	15	30	30	0.1
கொழுப்பு நீக்கிய பால்	2.5	0.1	0.7	-	4.6	29	120	90	0.2
பாலாடைக்கட்டி	24.1	25.1	4.2	-	6.3	348	790	520	2.1
பால்கோவா (எருமைபால்)	14.6	31.2	3.1	-	20.5	421	650	420	5.8
பால்கோவா (பசும்பால்)	20.0	25.9	4.0	-	24.9	413	956	613	-
பால் பவுடர்	25.8	26.7	6.0	-	38.0	496	950	730	0.6

கொழுப்பு மற்றும் எண்ணெய்ப் பொருள்கள்

வெண்ணெய்	-	81.0	2.5	-	-	729	-	-	-
நெய் (பசு)	-	100.0	-	-	-	900	-	-	-
நெய் (எருமை)	-	100.0	-	-	-	900	-	-	-
வனஸ்பதி	-	100.0	-	-	-	900	-	-	-
சமையல் எண்ணெய்	-	100.0	-	-	-	900	-	-	-
சர்க்கரைகள்									
வெள்ளை சர்க்கரை	0.1	0	0.1	-	99.4	398	12	1	0.155
தேன்	0.3	0	0.2	-	79.5	319	5	16	0.696
வெல்லம் (கரும்பு)	0.4	0.1	0.6	-	95.0	383	80	40	2.64
கரும்புச்சாறு	0.1	0.2	0.4	-	9.1	39	10	10	0.1

அட்டவணை-3

நாம் அன்றாடம் எடுத்துக்கொள்ளும் உணவுகளின் மூலம் கிடைக்கும் சக்தியின் அளவு என்ன என்பதைத் தோராயமாக அறிந்துகொள்ள இதோ ஓர் அட்டவணை.

உணவு	அளவு		சக்தி (கி.கலோரி)
பால்	1 கப்	150 மி	200
டீ	1 கப்	150 மி	60
காபி	1 கப்	150 மி	75
பன்	1 துண்டு	30 கி	75
வெண்ணெய்	1 டீஸ்பூன்	5 கி	35
பாலாடைக்கட்டி	1 துண்டு	28 கி	110
பிஸ்கட் (மேரிகோல்டு)	4	-	100
ஜாம்	1 டீஸ்பூன்	20 கி	55
மக்காச்சோளம்	1 கப்	25 கி	100
கேக் (ப்ளைன்)	1	75 கி	220
சப்பாத்தி	1	15 கி	40
பூரி	1	16 கி	70
பரோட்டா	1	70 கி	250
பருப்பு	1 கப்	180 மி.கி	200
பச்சைக் காய்கறிகள்	1 கப்	-	75
உருளைக்கிழங்கு	1	100 கி	80

உருளைக்கிழங்கு சிப்ஸ்	10 Nos.	20 கி	100
அரிசி கிச்சடி	1 கப்	210 கி	250
பொரி	1 கப்	15 கி	50
எண்ணெய், நெய்	1 டீஸ்பூன்	5 கி	45
கிரீம்	1 டீஸ்பூன்	15 மி.கி	50
பழங்கள்	1	100 கி	60
இளநீர்	1 டம்ளர்	240 மி.லி	45
எலுமிச்சைச் சாறு	1 டம்ளர்	240 மி.லி	75
கோகோ கோலா	1 பாட்டில்	180 மி.லி	80
சர்க்கரை	1 டீஸ்பூன்	5 கி	20
இட்லி	1	75 கி	75
தோசை	1	50 கி	110
மசாலா தோசை	1	100 கி	210
முந்திரிப் பருப்பு	15 Nos.	30 கி	170
நிலக்கடலை	1 டீஸ்பூன்	15 கி	90
முட்டை	1	50 கி	75
ஆம்லெட்	1	40 கி	210
சிக்கன்/மட்டன் சூப்	1 கப்	210 மி.லி	35
கறி	-	30 கி	80
சிக்கன் ரோஸ்ட்	-	100 கி	200
கறி ரோஸ்ட்	-	150 கி	350
மீன் ரோஸ்ட்	-	100 கி	220
பீர்	1 டம்ளர்	180 மி.லி	100
விஸ்கி/ரம்/ஜின்	-	45 மி.லி	110

அட்டவணை-4

கலோரி செலவுப் பட்டியல்

செய்யும் வேலைகள்	செலவிடும் கலோரிகள் (நிமிடம்)
தூங்கும்போது	1.0 - 1.2
துவைக்கும்போது	3.0-4.0
படுக்கும்போது	1.4-1.5
நிற்கும்போது	1.7-1.6
உட்கார்ந்து இருத்தல்	1.5-1.6
நடத்தல் (3 மீட்டர்/மணி)	3.7
எடை தூக்குதல் 100 lb	2.6
தட்டச்சு (40 வார்த்தைகள்/நிமிடம்)	1.5
களை பறித்தல்	4.4-5.6
குழி பறித்தல்	8.6
பிரிண்டர், மெக்கானிக் வேலைகள்	2.2-3.0
கார்பெண்டர் வேலை	2.4-9.1
சுரங்கத் தொழில்	5.3-8.0
கார் ஓட்டுதல்	2.8
சைக்கிள் ஓட்டுதல் (5.5 மீ/1 மணி நேரம்)	4.5
குழந்தைகளுடன் விளையாடுதல்	3.5
நடனம்	5.7-10
டென்னிஸ் விளையாட்டு	7.0
நீச்சல்	5.0-11.0
கால்பந்து	8.9